எம்.எல்.

எம்.எல்.

வண்ணநிலவன் (பி. 1949)

இயற்பெயர் ராமச்சந்திரன். தந்தை உலகநாதன், தாய் ராமலட்சுமி. *கண்ணதாசன், கணையாழி, அன்னைநாடு, புதுவை குரல், துக்ளக், சுபமங்களா* ஆகிய பத்திரிகைகளில் பணியாற்றியுள்ளார். குறிப்பிடத்தக்க மொழி பெயர்ப்புகளுடன் ஐம்பதுக்கும் மேற்பட்ட கவிதைகள், நூற்றைம்பதுக்கும் மேற்பட்ட சிறுகதைகள், ஏழு நாவல்கள், முந்நூற்றுக்கும் மேல் கட்டுரைகள் எழுதியுள்ளார்.

'கடல்புரத்தில்' நாவலுக்காக இலக்கியச் சிந்தனை விருது, 'தர்மம்' சிறுகதைத் தொகுப்புக்காகத் தமிழக அரசு விருது ஆகியவற்றுடன் புதுதில்லி ராமகிருஷ்ண ஜெய் தயாள் மனிதநேய விருது, சாரல் இலக்கிய விருது, எஸ்.ஆர்.வி. தமிழ் இலக்கிய விருது, வாலி விருது, விஜயா வாசகர் வட்டத்தின் ஜெயகாந்தன் விருது, உலகத் தமிழ்ப் பண்பாட்டு மைய விருது, கோவை கொடீஷியா வாழ்நாள் சாதனையாளர் விருது, அமெரிக்காவாழ் தமிழர்கள் வழங்கும் புதுமைப்பித்தன் நினைவு விளக்கு விருது ஆகியவற்றைப் பெற்றுள்ளார். 'அவள் அப்படித்தான்' திரைப்பட வசனகர்த்தாக்களுள் ஒருவர். 'கடல்புரத்தில்' தூர்தர்ஷனில் பதின்மூன்று வாரத் தொடராக ஒளிபரப்பானது. வண்ணநிலவனின் மனைவி பெயர் சுப்புலட்சுமி. இவர்களுக்கு இரண்டு மகள்களும் ஒரு மகனும் உள்ளனர். தற்போது சென்னையில் வசித்துவருகிறார்.

● அன்பார்ந்த வாசகருக்கு,

வணக்கம்.

காலச்சுவடு நூலை வாங்கியமைக்கு நன்றி.

நூலின் உள்ளடக்கம், உருவாக்கம், அட்டைப்படம் இன்ன பிற அம்சங்கள் பற்றிய உங்கள் கருத்துகளையும் ஆலோசனைகளையும் காலச்சுவடு வரவேற்கிறது. தகவல், எழுத்து, வாக்கியப் பிழைகள் தென்பட்டால் அவசியம் தெரிவித்து உதவுங்கள். நூல் தயாரிப்பில் கடும் குறைபாடு இருப்பின் மாற்றுப் பிரதி உங்களுக்குக் கிடைக்கக் காலச்சுவடு ஏற்பாடு செய்யும்.

மின்னஞ்சல்: **publisher@kalachuvadu.com**

காலச்சுவடு நாகர்கோவில் அலுவலகத்திற்குக் கடிதம் அனுப்பலாம்.

தங்கள்
எஸ்.ஆர். சுந்தரம் (கண்ணன்)
பதிப்பாளர் — நிர்வாக இயக்குநர்

Unauthorised use of the contents of this published book, whether in e-book or hardcopy format, for any type of Artificial Intelligence (AI) training — including but not limited to Machine Learning, Deep Learning, Natural Language Processing, Computer Vision, Chatbot Training, Image Recognition Systems, Recommendation Engines, and Language Models — is strictly prohibited without prior licensing from the publisher. Any such unauthorised use may result in legal action.

வண்ணநிலவன்

எம்.எல்.

காலச்சுவடு பதிப்பகம்

எம்.எல். ❖ நாவல் ❖ ஆசிரியர்: வண்ணநிலவன் ❖ © ராமச்சந்திரன் ❖ முதல் பதிப்பு: ஜூலை 2018 ❖ காலச்சுவடு முதல் பதிப்பு: ஜூலை 2025 ❖ வெளியீடு: காலச்சுவடு பப்ளிகேஷன்ஸ் (பி) லிட்., 669, கே.பி. சாலை, நாகர்கோவில் 629001

காலச்சுவடு பதிப்பக வெளியீடு: 1370

em.el. ❖ Novel ❖ Author: Vannanilavan ❖ © Ramachandran ❖ Language: Tamil ❖ First Edition: July 2018 ❖ Kalachuvadu First Edition: July 2025 ❖ Size: Demy 1 x 8 ❖ Paper: 18.6 kg maplitho ❖ Pages: 152

Published by Kalachuvadu Publications Pvt. Ltd., 669, K.P. Road, Nagercoil 629001, India ❖ Phone: 91-4652-278525 ❖ e-mail: publications @kalachuvadu.com ❖ Printed at Print Point Offset Printers, Nagercoil 629001

ISBN: 978-93-6110-976-8

7/2025/S.No. 1370, kcp 5864, 18.6 (1) ass

என்னுரை

இந்த நாவலின் கரு நீண்ட காலமாக என் மனதில் இருந்தது. எங்கள் குடும்பம் பாளையங் கோட்டையில் வாழ்ந்து வந்தபோது ராமச்சந்திரன் என்ற நண்பரைத் தெரியும். 1968–69வாக்கில் அவர் சிதம்பரம் அண்ணாமலைப் பல்கலைக்கழகத்தில் படித்துவந்தார். தமிழ்நாட்டுக்கு அப்போது வந்திருந்த சாரு மஜூம்தாரை அவர் சந்தித்துப் பேசினார். சாரு மஜூம்தாரின் மார்க்ஸிய – லெனினியக் கட்சி அப்போது தமிழ்நாட்டில் பரவிக்கொண்டிருந்தது. பல இளைஞர்கள் தீவிரவாதத்தால் ஈர்க்கப்பட்டார்கள். பலரது வாழ்வு அக்கட்சியினால் சீர்குலைந்தது.

சாரு மஜூம்தாருக்கு ஜனநாயகத்தில் நம்பிக்கை இல்லை. அதனால் அவர், ஆயுதப் போராட்டத்தின் மூலமே அரசியல் தீர்வு கிடைக்கும் என்று நம்பினார். அவரது தவறான வழிகாட்டுதலில் இழுத்துச் செல்லப்பட்ட பலரை நான் சென்னைக்கு வந்த பிறகு சந்திக்க முடிந்தது. இப்போதும் சத்தீஸ்கர், மத்தியப் பிரதேசம், ஒடிஸா, தெலுங்கானா போன்ற பகுதிகளில் பரவியுள்ள மாவோயிஸ்ட்களின் முன்னோடி சாரு மஜூம்தார்தான்.

தமிழ்நாட்டிலும் ஆயுதப் புரட்சியை நம்பிய பலர் 1970களில் இருந்தார்கள் அவர்களை அரசு ஒடுக்கியது. இப்போதும் அங்கொருவர், இங்கொருவர் என்று தலைதூக்கத்தான் செய்கிறார்கள். என்றாலும், தீவிரவாதத்தின் போக்கு மட்டுப்படுத்தப்பட்டுள்ளது.

மார்க்ஸின் கொள்கைகளை அமல்படுத்த முயன்ற ரஷ்யா, சீனா போன்ற நாடுகளில்கூட

மார்க்ஸ், லெனின், மாசேதுங் போன்றவர்களின் கொள்கைகளுக்கு எதிராகத் தனியுடைமையும், செல்வக் குவிப்பும் ஊக்குவிக்கப் படுகிறது. பொதுவுடைமையை உலகம் ஏற்றுக்கொள்ளவில்லை. மார்க்ஸ் சமுதாய இயக்கத்தை நிலவுடைமை, முதலாளித்துவம், சோஷலிஸம், கம்யூனிஸம் என்ற படிநிலைகளாகக் கணக்கிட்டார். இது அவரது கற்பனை, யூகம் என்றாகிவிட்டது.

ரஷ்யாவிலும், சீனாவிலும் வலிந்து கொண்டுவரப்பட்ட சோசலிஸ சமுதாயமே இன்று அங்கு இல்லை. நம் நாட்டைப் போன்ற அரசும் தனியாரும் பங்குபெறும் கலப்புப் பொருளாதார முறைதான் அங்கும் இருக்கிறது. அரசுப் பங்களிப்பு, இன்றைய உலகமயமாக்கலில் கேள்விக்குள்ளாக்கப்படுகிறது. மார்க்ஸிய அரசியலிலும், அதன் பொருளாதாரத்திலும் தவறுகள் உள்ளன. அதுபோல் முதலாளித்துவத்திலும் தவறுகள் உள்ளன. தவறுகள் இல்லாத அரசியல், பொருளாதார நிலை என்பது மனிதக் கற்பனையோ என்று தோன்றுகிறது.

ஆனால் தீவிரவாதம் என்பது எப்போதும் சாத்தியமில்லை. இதைத்தான் இந்த நாவலில் சொல்ல முயற்சிக்கிறேன். இந்த நாவல் 1969இல் நிகழ்கிறது. அதை மனதில் கொண்டு படியுங்கள். பொதுவாகவே உலக வாழ்வு என்பது நல்லதும் கெட்டதுமாகக் கலந்துதான் இருக்கிறது. பரிபூரணமான, குறையே இல்லாத மனிதன் இல்லாததைப் போல, அவன் உருவாக்கிய கருத்துகளும், கொள்கைகளும் குறையுள்ளவையே. முழுமை, மாசற்றது, பரிபூரணம் என்பதெல்லாம் மனிதனின் கற்பனையே.

வண்ணநிலவன்
06.05.2018

(முதற்பதிப்பின் முன்னுரை)

1

அவர் பதறிக்கொண்டே இருந்தார். மதுரைக்குச் செல்ல அவசரப்பட்டார். மதுரையில் கோபால் பிள்ளை அண்ணாச்சியைச் சந்தித்ததுமே எல்லாம் கைகூடிவிடும் என்று சொல்ல முடியாது. அதன்பின் எவ்வளவோ விஷயங்கள் இருக்கின்றன. தளம் அமைப்பதென்றால் அது சாமான்யமான காரியமா? அதற்கு முன்னால் இளைஞர்களைத் திரட்டி ஸ்டடி சர்க்கிள் அமைக்க வேண்டும். ஸ்டடி சர்க்கிளில் எத்தனை பேர் ஸ்திரமாக நிற்பார்கள் என்று சொல்ல முடியாது.

“நான் இன்று மாலையே மதுரைக்குப் புறப்படட்டுமா?” என்று ஆங்கிலத்தில் கேட்டார் மஜூம்தார். தோழர் அப்புவுக்குக் கொஞ்சம் எரிச்சலாகக்கூட இருந்தது. இருந்தாலும் அதை வெளியே காட்டிக்கொள்ளவில்லை. சாரு மஜூம்தார் மீது அவருக்கு அவ்வளவு மரியாதை இருந்தது. கோபால் பிள்ளை மீது மஜூம்தாருக்கு இருந்த அளவு நம்பிக்கை அப்புவுக்கு இல்லை. கோபால் பிள்ளை கட்சிச் செயல்பாடுகளைவிட்டு விலகி எவ்வளவோ காலமாகி விட்டது. இப்போது அவருக்கு எந்தளவுக்குத் தொண்டர்களுடனும் மக்களுடனும் தொடர்பிருக்கும் என்று சொல்ல முடியாது.

ஆனால், தோழர் மஜூம்தார் அவரைப் பெரிதும் நம்புகிறார். 1953இல் மதுரை ‘பிளீனத்துக்கு அவர் வந்திருந்தபோது, கோபால் பிள்ளைக்கு இருந்த செல்வாக்கைப் பார்த்து அவர் ஆச்சரியப் பட்டிருக்கலாம். இது 1953 அல்ல, 1969.

“ஏன் தோழர் அவசரப்படுகிறீர்கள்?” என்று கேட்டார் அப்பு. குளிர்ந்த காற்று வீசியது. ஜன்னலை மூடிவிட்டால் என்ன என்று தோன்றியது மஜூம்தாருக்கு. இருமினார். நெஞ்சில் அடைத்துக் கொண்டிருந்த சளி வெளியே வந்துவிட்டால்

நன்றாக இருக்கும். ஆனால் அது அவ்வளவு எளிதில் நடந்து விடுமா? அவரைப் பாடாய்ப் படுத்தாமல் அது அகலுமா?

“தண்ணீர் குடிக்கிறீர்களா, தோழர்?” என்று கேட்டார் அப்பு.

“சூடாக ஏதாவது குடித்தால் நல்லது. வெந்நீர் அல்லது டீ” என்றார் மஜூம்தார். கிட்டனைத் தேடினார் அப்பு. எழுந்து போய் உள்ளறைக்குச் சென்று பார்த்தார். பாய்களும், தலையணைகளும் அலங்கோலமாகத் தரையில் கிடந்தன. ஒரே பீடி நாற்றம். அப்புவுக்குப் பீடி குடிக்க வேண்டும் போலிருந்தது. ஆனால், பீடி இல்லை. மஜூம்தாரும் பீடி குடித்து நேரமாகிவிட்டது. எங்கோ தண்ணீர் சொட்டுகிற சத்தம் இடைவிடாமல் கேட்டது. இந்தக் கிட்டன் எங்கே போனான்? அவன் இப்படித்தான். இருந்துகொண்டே இருப்பான். திடீரென்று காணாமல் போய்விடுவான்.

அப்பு முன் வராந்தாவுக்கு வந்து ஜன்னல் கம்பிகளின் வழியே தெருவைப் பார்த்தார். எப்போதும் போல் தெரு ஆளரவ மற்றுக் கிடந்தது. எதிர்சாரியிலிருந்த டெய்லர் கடையில், வாசலருகே ஒருவன் ஸ்டூலில் உட்கார்ந்திருந்தான். அவன் குனிந்து எதையோ படித்துக்கொண்டிருந்தான். அவனைப் பார்த்தால் கடையைச் சேர்ந்த ஆள் மாதிரித் தெரியவில்லை. உள்ளே மஜூம்தார் மீண்டும் இருமுவது கேட்டது. கிட்டன் கையில் ஒரு வாளியுடன் படியேறி வந்துகொண்டிருந்தான்.

“எங்கே போயிட்டு வாரே?”

“ரிப்பேர் பண்ணக் கொடுத்திருந்த வாளியை வாங்கி வைன்னு துரை சொல்லிட்டுப் போனான்”.

“போறதுன்னா சொல்லிட்டுப் போக வேண்டாமா?”

கிட்டன் பதிலே சொல்லாமல், சிரித்துக்கொண்டே அவரைத் தாண்டி உள்ளே போனான். அவன் போகும்போது சாராய வாடையடித்தது. அவரால் அவனை எதுவும் கேட்க முடியாது. துரைசாமி குடித்துவிட்டு வந்தால்கூட அவரால் எதுவும் கேட்க முடியாது. புகலிடத்தில் இதையெல்லாம் பெரிதாக எடுத்துக்கொள்ள முடியாது.கிட்டனை மஜூம்தாருடன் மதுரைக்கு அனுப்பிவைப்பதைப் பற்றி யோசிக்க வேண்டியதுதான்.

மஜூம்தார் கிட்டனைப் பார்த்து புன்முறுவல் செய்தார். கிட்டன் வாளியைக் குளியலறையில் கொண்டுபோய் வைத்து விட்டு வந்தான். தொண்டையைக் காறிக்கொண்டே திரும்பவும் குளியலறைப் பக்கம் போனான். அப்புவுக்கு,

மஜூம்தாரை அன்றே மதுரைக்கு அனுப்பிவைத்துவிடலாம் என்று தோன்றியது. கிட்டனை மாதிரி ஆட்களை நம்பி எதுவும் செய்ய முடியாது.

"தோழருக்கு ஒரு டீ வாங்கிட்டு வா," என்று சொல்லிக் கொண்டே தன் சட்டைப்பையிலிருந்து சில்லரையை எடுத்துக் கொடுத்தார் அப்பு.

"உங்களுக்கு?" என்றான் கிட்டன்.

"சரி, இந்தா ஒரு ரூபா. நீயும் ஒரு டீ குடிச்சுட்டு, எங்களுக்கும் டீ வாங்கிட்டு வா. மீதத்துக்குப் பீடி வாங்கிக்கோ. சீக்கிரமா வா." அவன் பின்னாலேயே அப்பு போனார். வராந்தாவில் நின்று டெய்லர் கடையைப் பார்த்தார். அந்த ஆள் அங்கேதான் உட்கார்ந்திருந்தான். தோழரைப் பத்திரமாக அனுப்பிவைக்க முடியுமா? மஜூம்தார் மதுரைக்குப் போகக்கூட வேண்டிய தில்லை. கோபால் பிள்ளை அண்ணாச்சியை அவரேகூட ஒரு நாள் சென்று பார்த்து விடுவார். அவர் பேசாமல் கல்கத்தா சென்றால் போதுமென்றிருந்தது. மஜூம்தார் அவரருகே வந்தார்.

"தோழர் இங்கே வர வேண்டாம். உள்ளே போவோம்" என்று அவரை அழைத்துக்கொண்டு உள்ளே போனார் அப்பு. மஜூம்தார் அப்புவை விசித்திரமாகப் பார்த்தார். இருவரும் நாற்காலிகளில் அமர்ந்தார்கள்.

"கட்சியிலேருந்து நீக்கப்பட்டவர்களுடன் உங்களுக்குத் தொடர்பு இருக்கிறதா தோழர்?" என்று கேட்டார் மஜூம்தார். கேட்டுவிட்டு இருமினார்.

"நேற்று பார்த்தோமே, ஆதி, அவரும் விலக்கப்பட்டவர் தான். மாவட்ட அளவிலே ஆறு பேரை மேலிடம் கட்சியை விட்டு நீக்கியிருக்கிறது," என்றார் அப்பு. அதைச் சொல்லும்போது ஆசுவாசமாக இருந்தது. மஜூம்தார் லேசாகச் சிரித்தார். "ரிவிஷனிஸ்ட்ஸ்," என்றார். "அவர்களையும் நாம் இணைத்துக் கொள்ள வேண்டும்," என்று சொன்னார். "பார்ப்போம். ஆதி நம்முடன் வந்து விடுவார். மற்றவர்களுடன் பேசிப் பார்க்க வேண்டும்" என்றார் அப்பு. அவருக்குத் தும்மல் வந்தது.

திடீரென்று மஜூம்தாரை உற்சாகம் தொற்றிக்கொண்டது. தமிழ்நாட்டில் தனக்கு நல்ல ஆதரவு பெருகுவதுபோல் நினைத்தார். ஆந்திரா, கேரளம் அளவுக்கு இல்லாவிட்டாலும் தமிழ்நாட்டில் ஏதாவது செய்துவிட முடியும் என்று தோன்றியது. லீலாவுடைய ஞாபகம் வந்தது. சிலிகுரியில் லீலா எப்படி யிருக்கிறாளோ? ஊரை விட்டுக் கிளம்பும்போதே அப்பா மிக மோசமாக இருந்தார். அப்பாவை கல்கத்தாவுக்கு அழைத்துச்

சென்று காண்பிக்க வேண்டும். கோபால் பிள்ளையைப் பார்த்து விட்டு அப்படியே சிலிகுரிக்குக் கிளம்பிவிட வேண்டியதுதான். அதற்குள் இந்த உடம்பு ரொம்பப் படுத்தாமலிருக்க வேண்டும். சேர்மன் மாவோவெல்லாம் எப்படித்தான் எல்லாவற்றையும் சமாளித்தாரோ?

ஜன்னல் வழியே வெளியே பார்த்துக்கொண்டிருந்தார். தூரத்தில் ஏதோவொரு கோவில் கோபுரம் தெரிந்தது. மக்கள் மதத்தை எளிதில் விட்டுவிட மாட்டார்கள். மதம் ஒரு அபின் என்று அவர் சொன்னது எவ்வளவு தீர்க்கதரிசனமானது. அந்தப் போதையிலிருந்து அவர்களைப் படிப்படியாகத்தான் மாற்ற வேண்டும். அவர்களுக்குக் கற்பிக்க வேண்டும். முதலில் ஆயுதப் புரட்சி. பிறகு தான் மற்றவை. இந்தக் கனு ஸன்யால் என்ன செய்வாரோ தெரியவில்லை. செய்ய வேண்டியது நிறைய இருக்கிறது.

அப்பு அறையைப் பெருக்கிக்கொண்டிருந்தார். அவ்வளவு குப்பை. அந்தப் பையன் துரைசாமி, கல்லூரிக்குப் போகிறான், வருகிறான். ஆனால் அறையைக் கவனிப்பதில்லை. எல்லாம் போட்டது போட்டபடியே கிடக்கின்றன. பூர்ஷுவாதான் அவன்.

கிட்டன் டீயுடன் வந்தான். மஜூம்தாரிடமும் அப்புவிட மும் டீ கிளாஸ்களைக் கொடுத்தான். சட்டைப் பையிலிருந்து பீடிகளை எடுத்து மேஜைமீது வைத்தான். தலையைச் சொறிந்தான்.

"அந்த டைலர் கடையிலே இருக்கற ஆள் உன்னைப் பார்த்தானா?" என்று அப்பு கேட்டார்.

"எதுக்குக் கேக்கறீங்க? நான் கவனிக்கலையே" என்று அசிரத்தையாகச் சொன்னான். அவனுக்கு அப்பு கேட்டது புதிராகப்பட்டது. என்னென்னவோ கேட்கிறாரே. மஜூம்தார் அருகே தரையில் உட்கார்ந்தான் கிட்டன்.

கிட்டனுக்கு அப்புவை வெகு நாட்களாகவே தெரியும். அவன் தீர்த்தகிரி மில்லில் வேலை பார்த்த காலத்திலிருந்தே தெரியும். சங்கத்திற்கு அடிக்கடி வந்து போவார். மில் கேட்டில் நடக்கிற கூட்டங்களிலும் அவர் பேசியிருக்கிறார். அப்போது கிட்டன் கோன் செக்‌ஷனில் வேலை பார்த்துக்கொண்டிருந் தான். துரை, காமய்ய நாயக்கன்புதூர் தவசி, பெருமாள் எல்லாரும் அவனுடன்தான் வேலை பார்த்தார்கள். நைட்

டூட்டி பார்த்தால் தவசியிடம்தான் கிட்டன் பொடி வாங்கிப் போடுவான். தவசிக்கு கோவில்பட்டி பக்கம். அவன் பொஞ்சாதி, பிள்ளைகளெல்லாம் ரொம்ப நல்ல மாதிரி.

கிட்டனுக்கு வர வரக் கண் பார்வை குறைந்துகொண்டு வந்தது. ஏதோ சத்துக் குறைச்சல் என்றார்கள். சங்கத்துக்குத் தேவர் கடையிலிருந்து டீ வாங்கி வந்தபோது, டீ கிளாஸை மேஜை மீது வைப்பதாக நினைத்துக்கொண்டு கீழே போட்டு விட்டான். எல்லோரும் ஆளாளுக்குச் சத்தம் போட்டார்கள். தற்செயலாக அங்கே வந்திருந்த அப்புதான் அவனிடம் விசாரித்து, அவனுக்குக் கண் பார்வை மங்கி வருகிறதென்று கண்டுபிடித்தார். டாக்டரிடம் கூட்டிக்கொண்டு போய்க் காண்பித்து, சொட்டு மருந்து வாங்கிக் கொடுத்தார். அவன் பொஞ்சாதி சொர்ணம் சொன்னதால், இரண்டாவது பையனுக்கு அப்பு என்றே பேர் விட்டார்கள்.

ஸ்டிரைக் நடந்து மில் வேலை எல்லாம் போன பிறகும் கூட அப்புவுக்கும் அவனுக்கும் பழக்கம் இருந்தது. பெருமா நல்லூருக்கு எப்போது வந்தாலும் அப்பு அவனுக்குச் சொல்லி விடுவார். ஊரில் எத்தனை நாள் இருந்தாலும், அவருடனேதான் கிட்டன் அலைவான். ராசாத்தி வீட்டுப் போன் நம்பரைத்தான் அப்புவிடம் கொடுத்திருந்தான். அவனை உடனே புறப்பட்டு கோயமுத்தூர் வரும்படி அப்பு சொல்லப்போய்தான் கிட்டன் அங்கே வந்தான்.

"குடியை விட்டிருந்தியே மறுபடி குடிக்க ஆரம்பிச்சிட்டயா?" என்று கேட்டார் அப்பு. கிட்டன் அசட்டுத் தனமாகச் சிரித்தான். மஜூம்தாருக்கு அப்பு கேட்டது புரிந்ததோ என்னவோ? டீயை உறிஞ்சிக்கொண்டே சிரித்தார். கிட்டன் ஜன்னலோரமாகச் சென்று சுவரோடு சுவராகச் சாய்ந்து நின்றுகொண்டான்.

சாரு மஜூம்தார் ஆங்கிலத்தில், "டீ நன்றாக இருக்கிறது," என்று அப்புவிடம் சொன்னார். அப்புவின் முகத்தில் எந்த உணர்ச்சியும் இல்லை. ஏதோ யோசனையிலிருந்தார். கிட்டன், மஜூம்தாரிடம் பீடியையும் தீப்பெட்டியையும் எடுத்து நீட்டினான். அவர் சிரித்துக்கொண்டே பீடியைப் பற்ற வைத்தார். எரிந்துகொண்டிருந்த தீக்குச்சியை அவர் கீழே போடப் போகும்போது அவசர அவசரமாகக் கிட்டன் அந்த நெருப்பில் அவனும் ஒரு பீடியைப் பற்ற வைத்துக்கொண்டான்.

சிறிது நேரம் அறை வாசலையே பார்த்தவாறு நின்று கொண்டிருந்த அப்பு, சட்டைப் பையிலிருந்த ரூபாயை

எண்ணிப் பார்த்தார். அறுநூறு ரூபாய் இருந்தது. அது மஜூம்தாருக்கும், கிட்டனுக்கும் மதுரைக்குப் போகவும், மஜூம்தார் அங்கிருந்து கல்கத்தா போகவும் போதும்.

“எட்டு மணிக்கு மேலே நீங்களும் கிட்டனும் மதுரைக்குப் பொறப்படுங்க, அங்கே இருந்து நீங்க கல்கத்தா போறதுக்குக்கூட இந்தப் பணம் போதும், ஏதும் பணம் தேவைன்னா மதுரையிலே கோபால் பிள்ளைகிட்டே பணம் வாங்கிக்கொள்ளுங்க,” என்று சொல்லிக்கொண்டே அவரிடம் ரூபாயைக் கொடுத்தார் அப்பு.

2

சைக்கிளில்தான் பசைவாளியும் போஸ்டரு மாகச் சுற்றினார்கள் என்றாலும் நாராயணனுக்கு வலது கால் வலித்தது. ஊரெல்லாம் போஸ்டர் ஒட்டுகிறது அவனுக்குப் பிடிக்கவில்லை. போஸ்டர் ஒட்டுவது தன்னுடைய வேலையல்ல என்று நினைத்தான். இதுவும் கட்சி வேலைதான் என்று எடிட்டர் நினைத்தாரோ என்னவோ? பரமேஸ்வரன் வருவதற்கு முன்பே நேற்று வீட்டுக்குப் புறப்பட்டிருந்தால், இந்த வேலை நம் தலையில் விழுந்திருக்காது என்று நினைத்தான். மாயாண்டி வேறு, நேற்று ராத்திரி கட்சி ஆபீஸ் வாசலில் முதல் போஸ்டரை ஒட்ட ஆரம்பித்த நேரத்திலிருந்து வாய் ஓயாமல் தொணதொணத்துக்கொண்டே இருக்கிறான். அவன் பென்னர் காக்கி மில்லில் வேலை பார்க்கிறவன். பேச்சு, டீ, பீடி, இதுதான் அவனுடைய உலகம். அவனுக்கு இதெல்லாம் சரிப்பட்டு வரும். நமக்கு ஒத்து வராது.

கட்சிப் பத்திரிகையில் உதவி ஆசிரியனாக வேலை பார்க்கிறான் என்பதற்காக இருபத்து நாலு மணி நேரமும் கட்சி, கட்சி என்று சாக முடியுமா? "தோழர், என்ன யோசனையாவே வாறீங்க?" என்றான் மாயாண்டி.

"ஒண்ணுமில்லே, கால் வலி, தூக்கம் வேற வருது," என்றான் நாராயணன்.

"மணி நாலு, நாலரை இருக்குமா? தெற்கு மாசி வீதியிலே ஒரு ரெண்டு போஸ்டர் ஒட்டிட்டோம்னா போதும் தோழர், முடிஞ்சிது," என்றான் மாயாண்டி.

அவனுடன் சரிக்குச் சரி பேச முடியா விட்டாலும் அவ்வப்போது ஏதாவது பதில் சொல்லிக்கொண்டுதான் வந்தான். 'தோழர் சரியா ஒத்துழைக்கவில்லை', என்று பரமேஸ்வரனிடம்

போட்டுக் கொடுத்துவிடுவானோ என்று நாராயணன் பயந்தான். லேசான குளிர்ந்த காற்று வீசிக்கொண்டிருந்தது. எப்போதோ ஒரு சைக்கிள் ரிக்ஷா மந்தமாக ஊர்ந்து சென்றது. அடைத்துக் கிடக்கிற கடைக் கதவுகளும் வீட்டுக் கதவுகளும் மாறி மாறி வந்துகொண்டே இருந்தன. கல் தளம் பாவிய பிளாட்பாரத்தில் வரிசையாக ஆணும் பெண்ணுமாகப் படுத்துத் தூங்கிக்கொண்டிருந்தார்கள்.

“தோழர், தினமணி டாக்கீஸாண்ட ஒரு பாய் கடையிலே டீ நல்லா இருக்கும். அதைக் குடிச்சிட்டா தூக்கம் பறந்திரும்” என்றான் மாயாண்டி.

“பரவாயில்லை” என்று பொத்தாம் பொதுவாகச் சொல்லி வைத்தான்.

“வண்டியப் புடிக்கவே முடியலை. கையெல்லாம் மழுமழுனு ஒரே பசையா இருக்கு தோழர்” என்றான் மாயாண்டி. இவன் பசையையே தொடவில்லை. கேரியரில் கட்டி வைத்திருந்த போஸ்டரை எடுத்துக் கொடுப்பதோடு சரி.

“தோழர் கோபால் பிள்ளை பேரெல்லாம் போஸ்டர்ல போட்டுருக்காங்களே, அவரெல்லாம் வந்து பேச முடியுமா தோழர்?”

“மே தினக் கூட்டம்கிறதால பேர் போட்டுருக்காங்க. எப்படியும் வந்திருவாரு”

“கட்சி ஆக்டிவிட்டிஸ்லேருந்து அவரெல்லாம் ஒதுங்கிட்டாரே, எதுக்கு வயசான காலத்திலே அவரை எல்லாம் கூப்புடணும்?”

“கட்சியிலே கேட்டிருப்பாங்க. கேட்டுட்டுத்தான் பேரெல்லாம் போட்டுருப்பாங்க”

“அவரெல்லாம் ஒதுங்கி ரொம்ப நாளாச்சு தோழர். இந்தச் சொவத்திலே ஒண்ணு ஒட்டுவமா..? இது போஸ்டர் ஒட்டுற எடம்தான்,” என்று சொல்லிக்கொண்டே சைக்கிளை ஸ்டாண்ட் போட்டு நிறுத்தினான் மாயாண்டி. நாராயணனும் சைக்கிளை ரோட்டோரமாக நிறுத்தினான்.

நாராயணனுடைய வீடு கறிவேப்பிலைக்காரத் தெருவில் இருந்தது. வீட்டு வாசலில் முத்துக் காளத்தி சேர்வை என்று ஒரு பக்கமும் இன்னொரு பக்கத்தில், ‘பாக்கியம் இல்லம்,’

என்றும் கல்லில் பொறித்திருக்கும். இப்போது சேர்வையும் பாக்கியமும் அந்த வீட்டில் இல்லை. ராமசாமிக் கோனார் கைக்கு வீடு வந்து பல வருடங்களாகிவிட்டன என்றாலும், கல்லில் பொறித்திருக்கிற தன் நண்பரின் பெயரையும் அவர் மனைவியின் பெயரையும் பெயர்த்தெடுக்காமலேயே கோனார் விட்டிருந்தார். கோனாரும் அங்கே குடியிருக்கவில்லை. அவர் ராமாயணச் சாவடித் தெரு வீட்டில்தான் இருந்தார்.

கறிவேப்பிலைக்காரத் தெரு வீட்டை, போர்ஷன் போர்ஷனாக மறித்து, ஒன்பது குடும்பங்களுக்கு வாடகைக்கு விட்டிருந்தார். வாசலில் நுழைந்ததும் பெரிய திண்ணை ஒன்று உண்டு. நாராயணன் வீட்டுக்கு அடுத்த போர்ஷனில் குடியிருக்கிற சப் – ரிஜிஸ்ட்ரார் ஆபீஸ் பியூன் மாரி, எந்த மழை, வேனல் காலமானாலும் அதில்தான் படுத்துத் தூங்குவார். பத்து மணிக்கெல்லாம் தெருக் கதவைச் சாத்திவிட்டு மாரி படுத்துக்கொள்வார். ராத்திரி மேலமாசி வீதியில் சப்பரம் பார்க்கப் போகிறவர்கள் முதலிலேயே மாரியிடம் சொல்லி வைத்துவிட வேண்டும். அவருக்குக் காது வேறு கொஞ்சம் மந்தம். அகாலத்தில் வீடு திரும்புகிறவர்கள், சமயங்களில், கதவை இடி இடியென்று இடிக்க வேண்டியதிருக்கும். மற்றபடி மாரி, அந்த 17, கறிவேப்பிலைக்காரத் தெருவுக்கு நல்ல காவலாளிதான்.

நாராயணன் வீட்டுக்கு வரும்போது அதிகாலை ஐந்து மணிக்கு மேலாகிவிட்டது. சில வீடுகளில் வாசல் தெளிக்க ஆரம்பித்துவிட்டார்கள். பாய் கடையில் குடித்த டீயின் இனிப்பு நாக்கில் இன்னும் இருந்துகொண்டிருந்தது. சந்திரா டாக்கீஸ் எதிரே உள்ள கவுன்சிலர் ஆனந்தன் கடையில் இன்னொரு டீகூடக் குடித்துவிட்டு வந்திருக்கலாம் என்று தோன்றியது. திடீரென்று டீயின் மீது மாளாத ஆசை உண்டானது போலிருந்தது. ஆச்சரியப்படும்படியாகத் தெருவாசல் கதவு திறந்தே கிடந்தது. சைக்கிளைத் திண்ணையோரத்தில் நிறுத்தினான். மாரியைத் திண்ணையில் காணவில்லை. இரவு அவரும் அவனைப் போல் தூங்கவேயில்லையா? அதற்குள் எங்கே போயிருப்பார்? வீட்டுக்குள் நுழைந்ததுமே மூக்குக்குள் சாக்கடை நெடி ஏறிற்று. மங்களம் மெடிக்கல்ஸில் வேலை பார்க்கிற சம்பந்தனின் வீட்டில் பல்பு எரிந்தது, கதவிடுக்கு வழியே தெரிந்தது. நீலா விழித்திருப்பாளா என்று நினைத்துக் கொண்டே வீட்டுக் கதவில் கையை வைத்தான். கதவு திறந்து கொண்டது. மண்ணெண்ணெய் வாசனை அடித்தது. கதவுப் பக்கம்தான் சுவிட்ச். சுவிட்சைத் தடவிப் போட்டதும் நாற்பது வாட்ஸ் பல்பு எரிந்தது. நாற்பது வாட்ஸ் பல்புக்கு மேல் போடக் கூடாது என்பது வீட்டுக்காரரின் கண்டிஷன்.

நீலா ஒருக்களித்துப் படுத்துக் கிடந்தாள். விளக்கைப் போட்டதும் எலியோ, மூஞ்சிறுவோ குடுகுடுவென்று வெளியே ஓடியது. குழந்தையைத் தொட்டிலில் போட்டிருந்தாள். தொட்டிலுக்குக் கீழே கிடந்த சாக்கு ஈரமாக இருந்தது. பயமொன்றுமில்லை என்றாலும், ஏன் கதவைத் தாழிடாமல் படுத்திருந்தாள் என்று யோசித்துக்கொண்டே, தூங்கிக் கொண்டிருந்த குழந்தையின் கால்களைத் தூக்கி, தொட்டில் சேலை நனைந்திருக்கிறதா என்று பார்த்தான். அதன் மிருதுவான கால்களைத் தொட்டதும் சிலிர்த்தது. கொடியில் கிடந்த ஒரு துணியை மடித்து குழந்தையின் இடுப்புக்குக் கீழே வாகாக வைத்துவிட்டுச் சட்டையைக் கழற்றிக் கொடியில் போட்டான். அவனுடைய வியர்வை நாற்றம் அவனுக்கே ஓங்கரித்தது. கற்றாழையை முறித்தது போன்ற நாற்றம். பனியனையும் கழற்றிக் கொடியில் போட்டான். அப்பாவுடைய உடம்பிலிருந்தும் இதே வீச்சம்தான் வீசும். விளக்கை அணைத்துவிட்டு வெறும் தரையில் படுத்துக்கொண்டான்.

3

மண்டையன் ஆசாரிச் சந்திலிருந்த கட்சியின் அலுவலகத்துக்கும் கோபால் பிள்ளை வீட்டுக்கும் அதிக தூரமில்லை. மேலமாசி வீதியில் ஸ்வீட் லாண்ட் ஹோட்டலுக்கு எதிரேதான் கோபால் பிள்ளையுடைய வீடு இருந்தது. மேலமாசி வீதிகளிலுள்ள பெரும்பாலான வீடுகளைப் போல் அதுவும் பழைய வீடுதான். கோபால் பிள்ளை யுடைய பூர்வீகம் அனவரதநல்லூர். 1938லேயே கோபால் பிள்ளை மதுரைக்கு வந்துவிட்டார். அனவரதநல்லூரில் சோஷலிஸ சங்கத்தில் இருந்தார். அவருடைய அப்பா ராமசாமிப் பிள்ளைக்கு மகனின் போக்கு கொஞ்சம்கூடப் பிடிக்கவில்லை.

ஒரு நாள் வீட்டுத் தார்சாவில் மாட்டியிருந்த காந்தி படத்துக்குப் பக்கத்திலேயே ஒரு தாடிக்காரருடைய படத்தைக்கொண்டு வந்து கோபால் பிள்ளை மாட்டினார். அவர் வெளியே போயிருந்த நேரம் பார்த்து அந்தத் தாடிக்காரர் போட்டோவைக் கழற்றி மச்சில் கொண்டுபோய் மூலையில் போட்டுவிட்டார் ராமசாமிப் பிள்ளை. அவர் மனைவி பிச்சம்மாள், “அந்தப் பெய ஏதோ ஆசையா ஒரு போட்டோ கொண்டு வந்து மாட்டுனா அது ஏன் ஒங்களுக்குக் கண்ணைக் கரிக்கிது?” என்று சத்தம் போட்டாள்.

“சவத்து மூதி நீ என்னத்தக் கண்ட? கண்டவன் படத்தையும் மாட்டி வைக்கதுக்கு இது என்ன நாசுவங் கடையா?”

“நீங்க காந்தியார் படத்த மாட்டி வச்சிருக்க மாதிரி, அவனும் ஆசயா ஒரு படத்த மாட்டினா, அது ஏன் ஒங்களுக்குப் பத்திக்கிட்டு வருது?”

ராமசாமிப் பிள்ளையுடைய அபிப்பிராயப்படி 'பிச்சம்மாளுக்கு விவரம் பத்தாது', காந்தியும் எவனோ ஒரு வெளிநாட்டுக் கம்யூனிஸ்ட் கட்சிக்காரனும் ஒன்றாகுமா? அவர் சிட்டித் துண்டை எடுத்துப் போர்த்துக்கொண்டு வயக்காட்டுக்குப் புறப்பட்டார். இரண்டு வயலுக்கும் தண்ணீர் விலக்கி விட்டுவிட்டு, வாய்க்காலில் இறங்கி முகம், கை, கால்களை எல்லாம் கழுவினார். இடுப்பில் சொருகி வைத்திருந்த திருநீற்றுப் பையைத் திறந்து நெற்றி, மார்பு, கைகளிலெல்லாம் இட்டுக்கொண்டு கோயிலுக்குப் போனார். அது நித்தியப்படி நடக்கிறதுதான்.

ராமசாமிப் பிள்ளை வெளியே போயிருந்த நேரத்தில் வீட்டுக்கு வந்த கோபால் பிள்ளை, தார்சாவில் மாட்டியிருந்த கார்ல் மார்க்ஸின் படத்தைக் காணாமல் நேரே அடுக்களைப் பக்கம் போனார். அவருடைய மனைவி வேலு இட்லி அவித்துக் கொண்டிருந்தாள். "தார்சாவுல மாட்டியிருந்த படத்த எங்க காணலையே?" என்று கேட்டார்.

"மாமாதான் அத எடுத்து எங்கயோ வச்சிருக்காக" என்றாள் வேலு. பிச்சம்மாள் ஹரிக்கேன் லைட்டைத் துடைத்துக் கொண்டிருந்தாள். "ஏய் அவகிட்டப் போயி கேட்டா அவளுக்கு என்னடா தெரியும்? நீ பாட்டுக்கு ஆரு படத்தயோ கொண்டாந்து மாட்டிருதே. ஒங்க ஐயாவுக்கு ஒரு நேரத்தப் போல ஒரு நேரம் புத்தி இருக்க மாட்டேங்குது. நான் எம்புட்டோ சொல்லியுங் கேக்காம அத மெத்தையில கொண்டு போயிப் போட்டுட்டாக" என்றாள் பிச்சம்மாள். கோபால் பிள்ளைக்கு நெஞ்சு படபட வென்று அடித்தது.

"ஒனக்கும் இந்த வைகாசி பொறந்தா அம்பத்திரண்டு வரப் போவுது. ரெண்டு பிள்ளைகளையும் பெத்தாச்சு. ஒங்க ஐயா கொணந்தான் ஒனக்குத் தெரியுமே, எதுக்கு இந்தக் கட்சி கிட்சி எல்லாம்," என்று பொத்தாம் பொதுவாய்ச் சொன்னாள் பிச்சம்மாள்.

மறுநாளே வேலுவையும் இரண்டு பிள்ளைகளையும் கூட்டிக்கொண்டு ஊரை விட்டுக் கிளம்பிவிட்டார். ராமசாமிப் பிள்ளையும் பிச்சம்மாளும் பதறிப்போனார்கள். அவர்கள் எவ்வளவோ சொல்லியும் அவர் கேட்கவில்லை. வயதான மாமாவையும் அத்தையையும் தனியே விட்டுவிட்டுப் போக வேண்டி இருக்கிறதே என்று வேலுவுக்கு வருத்தம். அன்று மதுரைக்கு வந்தவர்தான்.

மதுரையில் அனவரதநல்லூர், விட்டிலாபுரத்துக்காரர்கள் ஏழெட்டுப் பேர் மில்லில் வேலை பார்த்தார்கள். சூடன்

சாமியார் சந்தில் குடியிருந்து கொண்டு மில் வேலைக்குப்போய் வந்தார் கோபால் பிள்ளை. ஊரிலிருந்த போதே கம்யூனிஸ நூல்களை எல்லாம் படித்திருந்ததால் மதுரை கட்சிக் கிளையில் தவிர்க்க முடியாத நபராகி விட்டார். மில்லில் தோழர்களுக்கு வகுப்புகள் எடுத்தார். கட்சிக்கூட்டங்களில் முக்கியப் பேச்சாளரானார்.

ராமசாமிப் பிள்ளை மகனையும் பேரப்பிள்ளைகளையும் பார்க்க முடியாமல் தவியாய்த் தவித்தார். கோயில் கோயிலாகப் போனார். ஊர்க்காரர்கள் மூலம் கோபால் பிள்ளை மதுரையில் இருப்பதைத் தெரிந்துகொண்டு பிச்சம்மாளையும் அழைத்துக் கொண்டு மதுரைக்கு வந்தார். கோபால் பிள்ளை அப்பாவை, நிலப்பிரபுத்துவத்தில் ஊறியவராகத்தான் பார்த்தார். ஆனால் வேலு தன் பிள்ளைகளை கணவனுடைய அரசியல் காற்று இழுத்து விடாமல் பாதுகாப்பாக வளர்த்து வந்தாள். பிள்ளைகளுக்கு அரசியல், கட்சியிலெல்லாம் சிறிதுகூட ஆர்வமில்லை.

கோபால் பிள்ளை தன்னுடைய அரசியல் நம்பிக்கைகளை மனைவி மீதோ, பிள்ளைகள் மீதோ திணிக்கவில்லை. ஒரு கம்யூனிஸ்ட் அப்படிச் செய்யக் கூடாது என்று நினைத்தார். ராமசாமிப் பிள்ளை ஊரிலிருந்த நஞ்சைகளை எல்லாம் விற்று, தன் பேரப்பிள்ளைகளின் பேரில் மேலமாசி வீதியில் ஒரு பழைய வீட்டை வாங்கினார். விருப்பமில்லாமலேயே, வேறு வழியில்லாமல் அந்த வீட்டுக்கு கோபால் பிள்ளையும் வர வேண்டியதாயிற்று. ராமசாமிப் பிள்ளை, குடும்பத்தின் எதிர்காலத்தை உத்தேசித்து, அந்த வீட்டின் ஒரு பகுதியைக் கடையாக்கினார். இன்னொரு பகுதியைக் குடியிருப்புக்கு ஒதுக்கினார். கல்யாண வீடுகளுக்குச் சமையல் பாத்திரங்களை வாடகைக்கு விடும் தொழிலையும் ஆரம்பித்தார் ராமசாமிப் பிள்ளை. தன் ஆயுள் காலம் முழுவதும் அந்தக் கடையை ராமசாமிப் பிள்ளையே கவனித்து வந்தார். பெரிய பேரனையும் தன்னுடன் வைத்துக்கொண்டு அவனுக்கும் தொழில் பழகிக் கொடுத்தார். சின்னவன் பண்டாபீஸில் வேலை பார்த்தான்.

மாடியில் தெருவைப் பார்த்த அறை கோபால் பிள்ளைக்கு ஒதுக்கப்பட்டது. வீட்டின் கீழ்ப் பகுதியிலுள்ள மூன்று அறைகளையும் மாடியிலுள்ள இதர பகுதிகளையும் குடும்பம் தன் புழக்கத்துக்கு எடுத்துக்கொண்டது. ராமசாமிப் பிள்ளை மகனுடைய 'சீர்' தெரிந்து, தானே பெண் பார்த்து இரண்டு பேரப் பிள்ளைகளுக்கும் திருமணம் செய்துவைத்தார். அவர் கண்ணை மூடிய அடுத்த வருடமே பிச்சம்மாளும் இறந்துபோனாள்.

கோபால் பிள்ளையுடைய அறை முழுவதும் புத்தகங்களாகத் தான் இருந்தன. ஒரு மூலையில் கட்டில் கிடந்தது. எந்த நேரமும் யாராவது வந்த வண்ணமாகவே இருக்கும். இப்போது அவருக்கு எண்பத்து இரண்டு வயதாகிவிட்டது. முதிர்ந்த கம்யூனிஸ்ட் தலைவராகிவிட்டார் கோபால் பிள்ளை. மாடியில் சின்ன மகன் பிச்சையா, மனைவி குழந்தையுடன் குடியிருந்தான். கீழே கடையை ஒட்டி இருந்த பகுதியில், கடையைப் பார்த்துக் கொள்ள வசதியாகப் பெரியவன் ராமசாமி குடியிருந்தான்.

இரண்டு பையன்களுக்கும் கோபால் பிள்ளை அப்பா, அம்மாவுடைய பெயர்களையே இட்டிருந்தார். பிள்ளைகளுக்குப் பெயர் இட்டபோது அவர் கம்யூனிஸ்ட் ஆகவில்லை. இல்லையென்றால் மார்க்ஸ், லெனின், ஸ்டாலின் என்று பெயர் இட்டிருப்பார். இதிலிருந்து அதிர்ஷ்டவசமாக அந்தக் குடும்பம் தப்பித்தது.

மூன்று நேரமும் அவருடைய அறைக்கே சாப்பாடு வந்துவிடும். ஒரு மாதம் பூராவும் பெரியவன் வீட்டிலிருந்து சாப்பாடு வரும். இன்னொரு மாதம் சின்ன மகன் வீட்டிலிருந்து வரும். முன்பெல்லாம் வடக்குமாசி வீதியும் மேலமாசி வீதியும் சந்திக்கும் முக்கில் சாயந்தரப் பேப்பர் வாங்கி வருவதற்காகத் தெருவோரமாக நடந்தே போய் வருவார். இப்போது இரண்டு வருஷங்களாக வெளி நடமாட்டமே இல்லை. சில நாள்கள் மெதுவாகப் படியிறங்கி வந்து கீழே உட்கார்ந்துகொண்டு, சாயந்திர நேரம், தெருவை வேடிக்கைப் பார்த்துக் கொண்டிருப்பார். சரியாக ஏழு பத்துக்கெல்லாம் படியேறி மேலே போய்விடுவார். வேறு எதற்கு? ஏழே கால் டெல்லி நியூஸ் கேட்கத்தான். ராத்திரி தூங்கப் போவதற்கு முன்பும் நியூஸ் கேட்க வேண்டும். இத்தனைக்கும் பிச்சையா, காலையில் ஹிந்து பேப்பர் போடவும் ஏற்பாடு செய்திருந்தான். பிச்சையாவுடைய பொஞ்சாதி கஸ்தூரி, இரண்டு நாளைக்கு ஒரு தடவை, அவர் அறையில் இறைந்து கிடக்கும் புஸ்தகங்களை எல்லாம் அடுக்கி வைத்துப் பெருக்கி விட்டுத்தான் போகிறாள். ஆனாலும் அவரைப் பார்க்க வருகிறவர்கள் புஸ்தகங்களைக் கலைத்துப் போட்டுவிட்டுப் போய்விடுகிறார்கள். அதற்காக கஸ்தூரி ஒரு நாளும் சடைத்துக் கொண்டதேயில்லை.

கட்டிலில் படுத்துக்கொண்டு லெனினின் தத்துவக் குறிப்புகளைப் படித்துக்கொண்டிருந்தார் கோபால் பிள்ளை. காலையில் படித்துவிட்டுப் போட்டிருந்த ஹிந்து பேப்பர் காற்றில் விரிந்து விரிந்து மூடிக்கொண்டிருந்தது. பெரியவனுடைய மகள் வந்து அவரருகே கட்டிலில் அமர்ந்தாள். பேத்தியுடைய கையைப் பிடித்து, "என்னம்மா சாலாச்சி?" என்றார்.

"தாத்தா, நீ மீட்டிங் பேசப் போறீயா?" என்று கேட்டாள் சாலாச்சி.

"ஒனக்கு யார் சொன்னா?"

"அதான் நம்ம வீட்டு வாசல்ல போஸ்டர் ஒட்டி இருக்கே, அதுல ஓம் பேரெல்லாம் போட்டிருக்கு"

"அப்பிடியாம்மா? ஏதோ கேட்டாங்க"

"ஒன்னாலேதான் நடக்க முடியாதே, எப்பிடிப் போவே?"

"ரிக்‌ஷாவுலதான் போவணும்"

"நானும் வரட்டா தாத்தா?"

"வாயேன்"

"நீ அங்க போயி என்ன பேசுவே?"

"எனக்கு அரசியல விட்டா என்னம்மா தெரியும்?"

"அரசியல்னா என்ன? நீ பொஸ்தகமெல்லாம் படிக்கிறீயே? அதைப் பத்தியா?"

கோபால் பிள்ளை சிரித்தார். "அதெல்லாம் ஒனக்குப் புரியாது சாலாச்சி"

"நான்தான் நாலாங் கிளாஸ் வந்துட்டேனே, எனக்குத் தெரியும் நீ சொல்லு தாத்தா"

"அதாவது கூட்டத்திலே நாட்டு நடப்பப் பத்தி பேசுவோம்"

"அதான் அரசியலா?" என்று சொல்லிவிட்டு, ஜன்னலருகே போய்த் தெருவை வேடிக்கை பார்க்க ஆரம்பித்தாள். பிறகு, "தாத்தா நீ படி, நான் கீழே போறேன்" என்று சொல்லிவிட்டுப் போய் விட்டாள்.

4

லாசரும், வசந்தாவும் இன்னும் எழுந்திருக்க வில்லை. ரெபேக்காள் மன்றாடி ஜெபம் செய்து கொண்டிருந்தாள். பீட்டருக்கு ஜெபத்தில் மனமே லயிக்கவில்லை. ஒரு வழியாக ஜெபம் முடிவுக்கு வந்துவிட்டது. பீட்டர் ஆபீஸுக்குப் போய் மூன்று நாட்களாகிவிட்டன. ஊரிலிருந்து ரெபேக்கா ளுடைய அண்ணன் ஜோஸப் வந்திருந்தான். அவனோடு ஆரப்பாளையம் கல்யாணத்துக்குப் போவதும், கடைகண்ணிகளுக்குப் போவதுமாக மூன்று நாளும் ஓடிவிட்டது. எஸ்.பி. காச்மூச்சென்று சத்தம் போடுவார். சி.ஐ.டி. போலீஸ்காரன் பிழைப்பு நாறப்பிழைப்பு என்று நினைத்தான் பீட்டர்.

மேலதிகாரிக்குத் தாளம் போட்டால் நங்கையார், சீனிவாசன் மாதிரி உள்ளூர் டூட்டி யாகக் கிடைக்கும். அஸைன்மெண்டும் அலைச்சல் இல்லாததாக இருக்கும். பீட்டருக்கு பொலிட்டிகல் அஸைன்மெண்டுதான் எப்போதும் போடுகிறார்கள். பொதுக் கூட்டத்துக்குப் போக வேண்டும், கட்சி ஆட்களின் நடவடிக்கைகளைப் பற்றி ரிப்போர்ட் செய்ய வேண்டும். எந்தக் கட்சிக்காரன் உள்ளதைச் சொல்லுகிறான்.

திடீர் நகரில் தமிழ்மாறன் என்று ஒருத்தன் எதிர்க்கட்சிக் கூட்டங்களில் பேசுகிறான். அந்த ஏரியாவில் யாரைக் கைது செய்தாலும் உடனே ஸ்டேஷனுக்கு வந்து தகராறு பண்ணுகிறான். அவனுடைய மாமா வீரன், சாராய வியாபாரி. அவனுடைய மகளைத்தான் இந்தத் தமிழ்மாறன் கட்டியிருக்கிறான். இன்றாவது அவனைப் பற்றிய ரிப்போர்ட்டைத் தயார்செய்து ஆபீஸில் கொடுக்க வேண்டும்.

ரெபேக்காள் சமையல் கட்டுக்குள் நுழைந்துவிட்டாள். சேரை இழுத்துப் போட்டுக்கொண்டு காலைப் பேப்பர்களை எடுத்து வைத்துக்கொண்டான். அடுப்பங்கரையிலிருந்து கடுங்காப்பியின் மணம் வந்தது. அவனுக்காகத்தான் இரண்டாவது காபியைத் தயார் செய்கிறாள். அவளுக்கும் வேலை சரியாகத்தான் இருக்கிறது. எக்ஸ்பிரஸை எடுத்துப் பிரித்தான். 'ஹிந்து' வரக் கொஞ்சம் லேட்டாகும். திருப்பரங்குன்றம் தொகுதிக்கு இடைத்தேர்தல் தேதி அறிவிப்பு வெளியாகியிருந்தது. காலேஜ் ஹாஸ்டல் மாணவர்கள் சாப்பாடு சரியில்லை என்று ஆர்ப்பாட்டம்.

காலேஜ் விவகாரம் என்றதும் கே.டி. சுந்தர் பேர் இருக்கிறதா என்று பார்த்தான். எந்தப் போராட்டமாக இருந்தாலும் அவன் தான் தூண்டிவிடுவான். அவன் தலையீடு இல்லாமல் அந்தக் காலேஜ் மாணவர்களுக்குத் துணிச்சல் வராது. காலேஜுக்குப் பக்கத்தில் கடை போட்டிருக்கிற சசிவர்ணத்தைப் போன வாரம்கூடப் பார்த்தான். அப்போது கூட அவர் ஹாஸ்டல் பையன்களைப் பற்றி ஒன்றும் சொல்லவில்லையே? காலேஜ் பையன்களுக்கெல்லாம் அவர் கடையில்தான் கணக்கு. அவருக்குத் தெரியாமல் அங்கே எதுவும் நடக்காது. நேற்று ஸ்டிரைக் நடக்கும்போதும் போகவில்லை. சூப்பிரெண்டுக்கு என்ன பதில் சொல்வது? 'செரைக்கவா போயிருந்தே' என்று திட்டுவார்.

"பள்ளிக்கூடம் லீவு விட்டாலும் விட்டுது, இதுக கால நேரமில்லாமக் கெடந்து தூங்குதுக" என்று சொல்லிக்கொண்டே ரெபேக்காள் கடுங்காப்பித் தம்ளரை அவன் கையில் கொடுத்தாள். அவள் மோதிர விரலில் போட்டிருந்த நெளிவு மோதிரத்தைப் பார்த்தான். அவள் உடம்பிலிருந்து சந்தன சோப் வாசனையடித்தது.

"பின்னாலே இந்த அடி பம்புல எவ்வளவு அடிச்சாலும் தண்ணி விழ மாட்டேங்குது, அதுல வாசரு போயிட்டுது, அத மாத்தணும்னு நானும் சொல்லிக்கிட்டேதான் இருக்கேன். உங்க காதுல விழ மாட்டேங்குது"

"சரி சரி! இன்னைக்கு ஆபீஸுக்குப் போயிட்டு வாரயில வாங்கிட் வாரேன்" என்றான் காபியை உறிஞ்சிக்கொண்டே.

"தண்ணியில்லாமே என்ன கழியும்?"

"அதான் வாங்கிட்டு வாரேன்னு சொல்லுதேம்லா?"

"மறந்துராதீய?"

"சரி மறக்கல"

பின் வாசல் வழியாகக் காற்று வீசியது. மேய்ந்து கொண்டிருந்த சேவல், "கெக், கெக்" என்று சத்தம் போட்டுக் கொண்டிருந்தது. டெலிபோன் மணி அடித்தது. தினசரியை மடித்து வைத்துவிட்டு டெலிபோன் ரிஸீவரை எடுத்துக் காதில் வைத்தான். ரிஸீவரை லோஷன் போட்டுத் துடைக்க வேண்டும். வாய்ப் பகுதியிலிருந்து நாற்றமடித்தது. "ஹலோ" என்றான்.

"யாரு? பீட்டரா?"

"ஆமா நீங்க?" எதிர் முனையில் பேசிய குரல் பழகிய குரலைப் போலிருந்தது.

"நான் பழனி பேசறேன்"

"சொல்லுங்க சார்!"

"சாரு மஜும்தார் கோயமுத்தூர்லேருந்து மதுரை பஸ்லே ஏறி வாராறாம்"

"எந்த பஸ்லே? பிரைவேட் பஸ்ஸா, ஸ்டேட் பஸ்ஸா?"

"பிரைவேட் பஸ்தான். திருமுருகன் ட்ரான்ஸ்போர்ட் பஸ்ல வாராரு. இந்நேரம் பஸ் வந்திருக்கும். உடனே அங்க போய் அவரை ஃபாலோ அப் பண்ணுங்க"

"சரி"

பீட்டர் மணியைப் பார்த்தான். ஏழே கால். சட்டையை அவசர அவசரமாகப் போட்டுக்கொண்டு ரெபேக்காளிடம் சொல்லிவிட்டுப் புறப்பட்டான். திண்டுக்கல் ரோட்டுப் பக்கம் தான் பிரைவேட் பஸ் கம்பெனிகள். சில பஸ்கள் கூடலழகப் பெருமாள் கோவிலுக்குப் பின்பக்கமும் நிற்கும். வேகமாக நடந்தான். தேவி டாக்கீஸ் முன்னால் ரிக்ஷா பிடித்தான். "பஸ் ஸ்டாண்ட் பக்கம் போப்பா..." ரிக்ஷாக்காரன் ஹேண்டில் பாரைப் பிடித்து நின்றுகொண்டே பெடலை உன்னி உன்னி மிதித்தான்.

காற்று பலமாக வீசியது. ரிக்ஷாக்காரனுக்கு மூச்சு வாங்கியது. தெரு திரும்பியதும்தான் சட்டைப்பையில் பணமிருக்கிறதா என்று பார்த்தான். நல்லவேளையாக பணமிருந்தது. ஒருவேளை அவரைக் கண்டுபிடித்துவிட்டால்

அவர் பின்னால்தான் அலைய வேண்டியிருக்கும். அவர் பஸ்ஸில் எங்காவது போனால் சமாளித்துவிடலாம். டாக்ஸி ஏதாவது பிடித்தால்தான் பணம் போதாது. சமாளிக்க வேண்டியதுதான். ரெபேக்காளிடம் வீட்டுச்செலவுக்குப் பணம் இருக்கும். குழாய் பதிப்பதற்கோ எதற்கோ தெருவோரத்தில் நீளமாகத் தோண்டிக் கிடந்தது. பாதித் தெருவைத் தோண்டப்பட்ட மண் குவியல், தெரு முனை வரை அடைத்துக் கிடந்தது. இரண்டு பக்கமும் போக்குவரத்து ஊர்ந்துகொண்டிருந்தது. ரிக்ஷா தூக்கித் தூக்கிப் போட்டது.

5

சீதா பவனத்தில் சுப்பிரமணிய பிள்ளை குளித்துவிட்டுத் திருநீறு பூசிக்கொண்டிருந்தார். அவருடைய மூத்த மகன் செண்பகக் குற்றாலம், காலியாக இருந்த குளியலறைக்குத் துண்டைத் தோளில் போட்டுக்கொண்டு போனான். அடுப்பங்கரையைத் தாண்டிப் பின்னால் போனால் தான் குளியலறை. அதற்குப் பின்னால் சென்ட்ரல் டாக்கீஸின் பின்புறச் சுவர் நீளமாக ஓடியது. குற்றாலம் அடுப்பங்கரையைத் தாண்டிப் போகும் போது இட்லி அவிக்கிற வாசனை வந்தது. சீதா அடுப்பின் முன்னால் உட்கார்ந்து ரப்பர் மர விறகைத் தள்ளிவிட்டுக்கொண்டிருந்தாள். பெரிய மருமகள் ராஜேஸ்வரி அம்மியில் சட்னிக்கு அரைத்துக்கொண்டிருந்தாள். சின்ன மருமகள் மீனாட்சி அடுப்பங்கரை நடையில் உட்கார்ந்து காபி குடித்துக்கொண்டிருந்தாள்.

மதுரையிலுள்ள ஒண்டுக்குடித்தன வீடு களுடன் ஒப்பிடும்போது, அந்த அடுப்பங்கரையே, ஒரு குடும்பம் வசிக்குமளவுக்கு அவ்வளவு பெரியது. அதற்கு அடுத்து செவ்வகமான, பலசரக்குச் சாமான்கள், காய்கறி எல்லாம் போட்டு வைக்கும் அறைவீடு. அதையடுத்து இரண்டு பெரிய சதுரமான அறைகள். அதைத் தாண்டி நீளமான நடைகூடம். நடைகூடத்திலிருந்து மாடிக்குச் செல்லும் படிக்கட்டு அதன் வலது ஓரத்திலிருந்தது. நீளமான முற்றம். தெற்கு மூலையில் அடிபம்ப். முற்றத்தின் இரண்டு புறத்திலும் இரண்டிரண்டாக நான்கு போர்ஷன்கள். அவற்றை சுப்பிரமணிய பிள்ளை வாடகைக்குவிட்டிருந்தார். அந்த வாடகைப் பணத்தை சீதாதான் வாங்கிக்கொள்வாள்.

திருநீற்று மரவையைக் குத்துவிளக்கின் முன்னால் வைத்தார் சுப்பிரமணிய பிள்ளை.

வலதுபுறமிருந்த ஷெல்ஃபிலிருந்து தேவாரப் புஸ்தகத்தை எடுத்தார். அவர் வழக்கமாக உட்காரும் மனைப் பலகையைத் தேடினார். எப்போதும் அந்த அறையில்தான் சுவரோரமாகச் சாத்தியிருக்கும்.

“சீதா, உட்கார்ற பலகையை எங்க?”

“ஏங்கிட்ட கேட்டா? நான் என்ன பலகைய இடுப்புலயா முடிஞ்சு வச்சிருக்கேன்?” என்று இட்லியைத் தட்டில் தட்டிக் கொண்டே சொன்னாள். ராஜேஸ்வரி குழவியை அம்மியின் மீது நிறுத்திவிட்டுப் பின்னால் திரும்பி மீனாட்சியிடம், “மீனா! மாமா பலகயத் தேடுதாஹள்ளா அங்கதான் எங்கயாவது கெடக்கும் எடுத்துக்குடு. . .” என்றாள். மீனாட்சி சட்டென்று எழுந்து தேடினாள். கதவோரமாகக் கிடந்தது. அதை எடுத்துக்கொண்டு போய் மாமாவிடம் கொடுத்தாள்.

அவருக்கு, எல்லாம் அந்தந்த இடத்தில் இருக்க வேண்டும். கடையிலும் அப்படித்தான். கவுண்டரில் நிற்கிற வேலையாட்கள் கூட இடம் மாறி நிற்கக் கூடாது. கட்டம் போட்ட சர்ட்டிங் துணிகளுக்கு அப்புறம்தான் ப்ளெய்ன் கலர்கள் இருக்க வேண்டும். மாறிவிடக் கூடாது. ஜமக்காளம், கொசு வலையை எல்லாம் மேலே அட்டத்தில்தான் வைக்க வேண்டும். குற்றாலம் குளித்து உடை மாற்றிவிட்டு வரும்வரை தேவாரம் படிப்பார். பிறகு, அவரும் குற்றாலமுமாகச் சேர்ந்து விளக்குச் சரத்தை நறுக்கித் துண்டு போட்டு, குத்து விளக்குக்கும், சாமி படங்களுக்கும் போடுவார்கள். எட்டரைக்குப் பூஜை செய்வார். சாப்பிட்டுவிட்டு அப்பாவும் மகனுமாக கடைச் சாவியை எடுத்துக்கொண்டு புறப்படுவார்கள். கடைக்குப் புறப்படும்போது சின்ன மகன் சோமுவைக் கண்டிப்பார். அவனைக் கடைக்கு வரச்சொல்லி விட்டுத்தான் போவார். ஆனால், அவனாக இஷ்டப்பட்டுக் கடைக்குப் போனால்தான் உண்டு.

குற்றாலம் அப்பாவை அப்படியே நம்புகிறவன். அவர் சொன்னால் அதுதான் வேதவாக்கு. ஆனால், சோமு ரொம்பத் தன்னிச்சையானவன், நிறையப் படிப்பான். அவனுக்குத் திருமணமாகி மூன்று வருஷங்கள் ஓடிவிட்டன. ஆனால் குடும்ப வாழ்க்கை என்றால் என்னவென்றே அவனுக்குத் தெரிய வில்லை என்றுதான் சுப்பிரமணிய பிள்ளையும், சீதாவும் அபிப்பிராயப்பட்டார்கள். மீனாவும் விளையாட்டுத்தனமாகத் தான் இருந்தாள். இத்தனைக்கும், அந்தக் கல்யாணத்தை அவர்தான் விரும்பி முடித்து வைத்தார்.

கூத்தியார் குண்டுப் பிள்ளைக்கும் அவருக்குமான ஸ்நேகம் இன்று நேற்று ஏற்பட்டதல்ல. கூத்தியார் குண்டுப் பிள்ளையின்

குடும்பத்துக்கும் ஸ்ரீ முருகன் டெக்ஸ்டைல்ஸ் சுப்பிரமணிய பிள்ளையின் குடும்பத்துக்கும் முப்பது முப்பத்தைந்து வருஷத்து உறவு. கூத்தியார் குண்டில் லெட்சுமண பிள்ளைக்கு வீடு நிலபுலன்கள் எல்லாம் வேண்டுகிற அளவுக்கு இருந்தன. வாரத்துக்கு ஒரு தடவையாவது லெட்சுமண பிள்ளைக்கு கூத்தியார் குண்டிலிருந்து மதுரைக்கு வந்து, சுப்பிரமணிய பிள்ளை கடையில் வெளியே ஸ்டூலைப் போட்டுப் பேசிக் கொண்டிருக்க வேண்டும். திருமங்கலம் போகிற கடைசி பஸ்ஸைத் தவறவிட்டுவிட்டால் சீதாபவனத்திலேயே தங்குகிறதும் உண்டு. ரொம்பப் பழகின இடம் என்றுதான் அவருடைய மூத்த மகள் மீனா என்ற மீனாட்சியை சோமுவுக்குக் கட்டி வைத்தார்.

எப்போதும் புஸ்தகமும் கையுமாக இருக்கிறவனை மீனா மாற்றி விடுவாள் என்று அவர் நம்பினார். ஆனால், சோமுவின் புஸ்தகப் பைத்தியம் மீனாவையும் பிடித்துக்கொண்டது. காலப்போக்கில், 'சரி, இப்படியொரு மகனும் மருமகளும் இருக்கட்டுமே', என்றுதான் சுப்பிரமணிய பிள்ளையும் சீதாவும் முடிவு செய்ய வேண்டியதாயிற்று. கோபால் பிள்ளை தாத்தா வீட்டிலிருந்த மார்க்ஸிய நூல்களை எல்லாம் படித்து முடித்து விட்டான். மாதம் தவறினாலும் அவன் புஸ்தகம் வாங்குகிறது தவறாது. போதும் போதாததற்கு அவனைப் போலவே புஸ்தகப் பைத்தியங்களான புரொபஸர் பாலகிருஷ்ணன், சபாபதி வீட்டிலிருந்தும் புஸ்தகங்களை வாங்கி வந்து படித்துத் தீர்த்தான்.

பெரிய மருமகள் ராஜேஸ்வரியை 'ராஜி' என்றுதான் சீதா பவனத்தில் எல்லாரும் கூப்பிடுவார்கள். அவள், மீனாவுக்கு நேரெதிர். அவளுக்கு வீட்டை விட்டால் வேறு எதுவுமே தெரியாது. எப்படி குற்றாலத்துக்குக் கடையை விட்டால் வேறு உலகமே தெரியாதோ, அந்த மாதிரித்தான். அதிகபட்சம் அத்தையோடு கோவிலுக்கோ, சினிமாவுக்கோ போவாள். அத்தை, மாமா, புருஷன் மூவரும் கிழித்த கோட்டைத் தாண்ட மாட்டாள். அவளுடைய இயல்பே அப்படி.

அப்பாவும், மகனும் சாப்பிட உட்கார்ந்தார்கள். ராஜிதான் பரிமாறினாள். மீனாவும் ஒத்தாசை செய்வது போல் கதவருகே நின்றுகொண்டாள். அந்தச் சாமர்த்தியமெல்லாம் மூத்த மருமகளுக்குச் சுட்டுப் போட்டாலும் வராது.

"சோமு என்ன பண்ணிக்கிட்டு இருக்கான்?" என்று மீனாவிடம் கேட்டார்.

"யாரையோ பாத்துட்டு வாரேன்னு வெளியில போயிருக்காஹ" "அதுக்குள்ள இவ்வளவு காலையில எங்க

போறான்?" "அவுஹ சமாச்சாரமெல்லாம் யாருக்குத் தெரியும்?" என்றாள் மீனா.

"சரி சரி! வந்தான்னா குளிச்சு சாப்புட்டுட்டுக் கடைக்கு வரச் சொல்லு. அவன் கடைக்கி வந்து நாலஞ்சு நாளாயிட்டுது. ஏண்டா குற்றாலம், அவன் என்னைக்கிடா கடைக்கி வந்தான்?" என்று பக்கத்திலிருந்த பெரிய மகனிடம் கேட்டுக்கொண்டே இட்லியைப் பிட்டு வாயில் போட்டார்.

"மூணு நாள் இருக்கும்ப்பா" என்றான் குற்றாலம். அவர்கள் சாப்பிட்டு முடிக்கப் போகிற நேரத்துக்கு, சீதாவும் அடுப்பங்கரையிலிருந்து முகத்தைச் சேலை முந்தானையால் துடைத்துக்கொண்டே வந்து நின்றுகொண்டாள். சிடி சினிமாவில் சபரிமலை ஐயப்பன் போட்டிருக்கிறான். மேட்னிக்குப் போக வேண்டுமென்பது சீதாவின் ஆசை. அதை அவரிடம் கேட்கத் தயக்கமாக இருந்தது. அவரும் குற்றாலமும் சீக்கிரமாக வந்து மத்தியானம் சாப்பிட்டுவிட்டுப் போய் விட்டால் இரண்டரை மணி ஆட்டத்துக்கு மருமகள்களோடு போய் வரலாம்.

மீனாவைக் கணக்கில் சேர்க்க முடியாது. சில சமயம் வந்தாலும் வருவாள், "நான் வரலை அத்தை," என்று சொன்னாலும் சொல்லுவாள். சித்தம் போக்கு சிவன் போக்கு. மனைவி நிற்பதை வைத்தே அவள் ஏதோ சொல்ல வருகிறாள் என்று புரிந்துகொண்டார் சுப்பிரமணிய பிள்ளை. சாப்பிட்டு எழுந்து கை கழுவப் போகும்போது, "என்ன என்னமோ யோசிக்கிறே?" என்று சீதாவைப பார்த்துக் கேட்டாள்.

"இல்ல, மத்தியானம் படத்துக்குப் போலாம்னு"

"அவ்வளவுதானே? போயிட்டு வாயேன். நாங்க மத்தியானச் சாப்பாட்டுக்குச் சீக்கிரம் வரணுமா?" என்று கேட்டுவிட்டு, குற்றாலத்திடம்,"குத்தாலம்! நீ மொதல்ல சீக்கிரமா வந்து சாப்புட்டுருடா. அப்பன்னாத்தான் நீ சாப்புட்டுட்டு வந்தப்பறம், நான் வரச் சௌகரியமா இருக்கும்" என்றார்.

அப்பாவும் மகனும் கடைச் சாவியை எடுத்துக்கொண்டு போய் விட்டார்கள். சீதா நினைத்தது போலவே மீனாவுக்கு அந்தப் படத்துக்குப் போகப் பிடிக்கவில்லை. தங்கம் தியேட்டரில் சாம்ஸன் அன்ட் டிலைலா போட்டிருக்கிறான். சோமுவிடம் சொல்ல வேண்டும் என்று நினைத்தாள்.

அப்பா குளிக்கப் போகும்போதே சோமு சட்டையை எடுத்துப் போட்டுக்கொண்டு கோபால் பிள்ளை தாத்தா வீட்டுக்குப் புறப்பட்டுவிட்டான். காலை தினமணியில் 'மேற்கு

வங்காளத்தில் நக்ஸலைட் இயக்கம் வேகமாகப் பரவுகிறது' என்ற செய்தியைப் படித்தான். போன வாரம் ஹிந்துவிலும் ஒரு செய்தி வந்திருந்தது. அதைப் பற்றி தாத்தாவிடம் கேட்க வேண்டும் என்று தோன்றியது. சௌராஷ்டிரா சந்துக்கும் தாத்தாவுடைய மேலமாசிவீதி வீட்டுக்கும் ஒன்றும் அதிகத் தூரமில்லை. போகிற வழியில் டவுன் ஹால் ரோட்டுக்கு எதிரே பாலு கடையில் ஒரு நல்ல காப்பி குடிக்க வேண்டும். வீட்டுக் காப்பி முன்பு போல் இல்லை. அம்மா காபித் தூளை மாற்றிவிட்டாளோ என்னவோ?

6

நாராயணன் 'செவ்வானம்' ஆபீஸுக்குப் புறப்பட்டான். செவ்வானத்துக்கென்று தனி ஆபீஸ் ஒன்றும் கிடையாது. கம்யூனிஸ்ட் கட்சி ஆபீஸிலேயேதான் ஒரு மூலையில் இரண்டு டேபிள்கள் போடப்பட்டிருந்தன. ஒன்றில் செவ்வானத்தின் ஆசிரியர் பரமேஸ்வரன் உட்காருவார். இன்னொரு மேஜையின் முன்னால் நாராயணன் உட்காருவான். பரமேஸ்வரன் இல்லாத நேரத்தில், யாராவது கட்சி ஆட்கள் உட்கார்ந்து பேசிக்கொண்டிருப்பார்கள். நாராயணனின் தலைக்கு மேலே மங்கலான பல்பு எரிந்துகொண்டிருக்கும். 'செவ்வானம்' மாதப் பத்திரிகை தான். அதில் கதை, கவிதை, கட்டுரைகள் இடம்பெற்றன. 'செவ்வானம்' என்ற தலைப்புக்குக் கீழே 'உழைக்கும் வர்க்கத்தின் கலை, இலக்கியத் திங்கள் இதழ்' என்று 10 பாயிண்டில் அச்சிடப் பட்டிருக்கும்.

நாராயணன் ஆசிரியா பயிற்சி எல்லாம் படித்துவிட்டு வேலையில்லாமல் ஒத்தக்கடையில் சுந்தரி வீட்டோடு இருந்து வந்தான். சுந்தரியுடைய அப்பாவுக்கு ஒத்தக்கடையில் வீடும், பலசரக்குக் கடையும் இருந்தது. ஊரிலேயே கொஞ்சம் பெரிய பலசரக்குக் கடைதான் அது. வியாபாரமும் தன்னைக் கட்டிப் போய்க்கொண்டிருந்தது. அவருக்கு மருமகனையும் கடைக்குள் இழுத்துப் போட வேண்டும் என்றுதான் ஆசை. ஆனால், என்ன இருந்தாலும் மருமகனாச்சே என்ற மரியாதை அதைத் தடுத்தது. அதுவும் கல்யாணமாகி ஏழு மாசம்தான் ஆகியிருந்தது.

நாராயணன், மனைவி வீட்டில் நல்ல சுகவாசியாகத்தான் காலத்தை ஓட்டினான். காலையில் இட்லியோ, தோசையோ தின்று விட்டு வாசகசாலைக்குப் போய்விடுவான். தினசரி, வார,

மாதப் பத்திரிகைகள் ஒன்றையும் விடமாட்டான். ஜெயகாந்தன், நா. பார்த்தசாரதியின் அபிமான வாசகனாக இருந்தான்.

கோபால் பிள்ளை ஒரு நாள் ஒத்தக்கடை கூட்டமொன்றில் பேசுவதற்குச் சென்றிருந்தபோது, நாராயணனுடைய மாமனார் வீட்டுக்குப் போனார். அவரை கோபால் பிள்ளைக்கு வெகு நாட்களாகத் தெரியும். கூட்டமெல்லாம் முடிந்தபிறகு அவர் வீட்டுக்குப் போனபோது, தன் மருமகனைப் பற்றி கோபால் பிள்ளையிடம் கூறினார். கோபால் பிள்ளைக்கு மதுரையிலுள்ள நூற்பாலைகளில் நல்ல செல்வாக்கு இருந்தது. ஏதாவது ஒரு மில்லில் நாராயணனைச் சேர்த்துவிடலாம் என்றுதான் அவனைத் தன்னோடு அழைத்துக்கொண்டு வந்தார்.

தன்னுடைய மகன்கள் ராமசாமி, பிச்சையா இருவரிடமும், அவனுக்கு வேலை கிடைக்கும் வரை அங்கேயே இருக்கட்டும் என்று சொல்லிவைத்தார். இரண்டு மூன்று மில்களில் வேலைக்கும் சொல்லிவைத்தார். கட்சி ஆபீஸுக்கு ஒரு நாள் கோபால் பிள்ளை போயிருந்தபோது, பரமேஸ்வரன், செவ்வானத்துக்கு உதவிக்கு ஒரு பையன் வேண்டுமென்று சொன்னார். அதற்குக் கட்சியில் அனுமதி வாங்கியும் வைத்திருந்தார். எப்போது பார்த்தாலும் பத்திரிகைகளைப் படித்துக்கொண்டிருக்கிற நாராயணனுடைய ஞாபகம் வந்தது அவருக்கு. வீட்டுக்கு வந்ததும் நாராயணனிடம், "பத்திரிகையில் சேருகிறாயா?" என்று கேட்டார் கோபால் பிள்ளை. நாராயணனுக்கு ஒரே சந்தோஷம்.

அவன் செவ்வானத்தில் சேர்ந்து இரண்டு வருஷங்களாகி விட்டன. ஒத்தக்கடைக்குப் போய் சுந்தரியையும் அழைத்துக் கொண்டு வந்தான். ஒரு குழந்தையும் பிறந்தது. மாமனார், தன் மகளுக்கு அவ்வப்போது அரிசி, இதர பலசரக்குச் சாமான்களைப் போக்கு வண்டியில் போட்டு அனுப்புவார். இல்லையென்றால் அவனுடைய நூற்றைம்பது ரூபாய் சம்பளத்தில் குடித்தனம் நடத்துவது பெரிய பாடுதான்.

கோபால் பிள்ளையைப் பார்த்து நாளாயிற்று. அன்று ஆபீஸ் போகிறவழியில் அவரைப் பார்த்துவிட்டுப் போவதென்று முடிவு செய்தான்.

கோபால் பிள்ளையின் வீட்டிலேயே இரண்டு மூன்று மாதங்கள் இருந்திருக்கிறான். சாப்பிட்டிருக்கிறான். அவருடைய மகன்கள் இரண்டு பேருமே நல்ல மாதிரி. பெரியவர் வீட்டிலும், சின்னவர் வீட்டிலும் எப்போது வேண்டுமானாலும் போய்ச் சாப்பிடுவான். அந்த வீட்டுப் பிள்ளைகளுடன் விளையாடுவான். செவ்வானத்தில் வேலைக்குச் சேர்ந்த பிறகுகூட, சுந்தரியை

வண்ணநிலவன்

ஒத்தக் கடையிலிருந்து அழைத்து வரும்வரை அங்கேதான் இருந்தான். ஆனால், தனிக் குடித்தனம் போனபிறகுதான் ஆபீஸ், வீடு என்று ஆகிவிட்டது. பெரியவர் ராமசாமி அவனை வெளியே எங்காவது பார்த்தால், 'என்ன மருமகப் பிள்ளை எங்களை எல்லாம் மறந்திட்டீங்களா' என்று சிரித்துக்கொண்டே கேட்பார். சுந்தரியிடம் சொல்லிக்கொண்டே செருப்பை மாட்டினான். அவள் குழந்தையைத் தூக்கிக்கொண்டு வாசலில் நின்றாள். குழந்தையின் கன்னத்தைக் கிள்ளிக் கொஞ்சிவிட்டுப் புறப்பட்டான்.

விவேகானந்தா பிரஸ்ஸைத் தாண்டி மேலமாசி வீதியில் நுழைந்ததும் பையிலிருந்த சில்லரைகளை எண்ணினான். அதை வைத்துத்தான் இந்த மாதம் பூராவும் ஓட்ட வேண்டும். கம்யூனிஸ்ட் கட்சி ஆபீஸில் எப்போது சம்பளம் கொடுப்பார்கள் என்று தெரியாது. சில மாதம் பதினைந்தாம் தேதிகூடக் கொடுத்திருக்கிறார்கள். சம்பளம் போட மறந்துவிட்டார்களோ என்று நினைப்பான். கோபால் பிள்ளை வீட்டுக்குப் போனதும், நேரே வெளிப்புற மாடிப்படி வழியாக அவர் அறைக்குப் போகவில்லை. கீழ்ப் பகுதியில் குடியிருந்த பெரியவர் ராமசாமியைப் போய் முதலில் பார்த்தான். மதினி, பிள்ளைகளிடம் பேசிவிட்டு உள் பக்கமாகவே மாடிக்கு ஏறி சின்னவர் பிச்சையாவையும் அவர் மனைவியையும் பார்த்துப் பேசிவிட்டுத்தான் கோபால் பிள்ளை அறைக்கு வந்தான்.

கோபால் பிள்ளைக்கு அருகில் கட்டிலில் சோமு உட்கார்ந்திருந்தான். கோபால் பிள்ளை அவனைப் பார்த்ததும் உற்சாகமான குரலில், "வாடே!..." என்றார். அவருக்கு எதிரே கிடந்த ஸ்டூலில் இருந்த புஸ்தகங்களை எடுத்துக் கீழே சுவரோரத்தில் வைத்துவிட்டு அதன் மீது உட்கார்ந்தான். "என்னடே எப்படி இருக்க? வீட்டிலே சுந்தரி, மகன் எல்லாம் சௌக்கியமா?" என்று கோபால் பிள்ளை கேட்டார். "எல்லாரும் நல்லா இருக்காங்க..." என்றான். சோமுவைப் பார்த்துச் சிரித்தான். சோமுவும் பதிலுக்குப் புன்னகை செய்தான். இரண்டு பேருக்கும் நெருங்கிய பழக்கம் இல்லாவிட்டாலும், அறிமுகம் உண்டு. கோபால் பிள்ளையுடைய உறவினன் சோமு என்பது அவனுக்குத் தெரியும்.

"நாராயணா! நீ வந்ததும் நல்லதாப் போச்சு நம்ம கட்சி ஆபீஸ்லே நக்ஸலைட் இயக்கத்தைப் பத்திப் பேசுதாங்களாடே?" என்று நாராயணனிடம் கேட்டார் கோபால் பிள்ளை.

"நேத்தோ முந்தாநாளோ டவுன் செக்ரட்டரி சண்முகம் சொல்லிக்கிட்டிருந்தார்."

“அது என்னன்னுதான் சோமு கேட்டுக்கிட்டு இருக்கான்; ரெண்டு வருசமா அது மேற்கு வங்காளத்திலே பரவிக்கிட்டு இருக்கு. ஆந்திரா, கேரளாவிலேயும் கொஞ்சம் பேர் ஆயுதப் போராட்டம் அது இதுன்னு சொல்லிக்கிட்டு இருக்காங்க. அதெல்லாம் நமக்கு, நம்ம நாட்டுக்குச் சரிப்பட்டு வராதுடே. நக்சல்பாரியிலே நடந்தது ஒரு திடீர் எழுச்சி. அங்கே உள்ள மக்கள் பழங்குடி மக்கள். அவங்ககிட்டே அம்பு இதெல்லாம் இருக்கும். அதை வச்சு உள்ளூர் நிலச் சுவான்தார்களையும், அவங்களுக்கு ஆதரவா இருந்த போலீஸையும் எதிர்த்தாங்க. நம்ம தமிழ்நாட்டிலே அப்படி எந்த நெருக்கடியும் இல்லை. ஜனங்களும் அதுக்கெல்லாம் தயாரா இல்லே...” என்றார்.

“ஆயுதப் புரட்சின்னா ரஷ்யா, சைனாவிலே எல்லாம் நடந்ததே அந்த மாதிரியா?”

“ரஷ்யாவை இதிலே சேர்க்க முடியாது, அங்கே வேலை நிறுத்தம் மூலமா ஜார் அரசாங்கத்தைக் கவுத்தாங்க. சைனாவிலே மாசேதுங் ஒரு படையைத் திரட்டி சர்க்கார எதிர்த்தார். படைன்னா நேத்தாஜி வச்சிருந்த மாதிரிப் படை இல்லை. சீன விவசாயிகள் அவங்க. அவங்களைக் கூட்டிக்கிட்டு ஊர் ஊராகப் போனார். அதத்தான் ‘லமாங் மார்ச்’ங்கிறாங்க. ரஷ்யாவிலே புரட்சிக்கு முன்னாலே தேர்தல் எல்லாம் கெடையாது. நம்ம நாட்டிலே பிரிட்டீஷ்காரனே தேர்தலை எல்லாம் அறிமுகப்படுத்திட்டான். கட்சிகள் எல்லாம் வந்துட்டுது. சண்டை போட்டுத்தான் அவனைத் தேர்தல் முறையைக்கொண்டு வர வச்சோம்ன்னாலும், 1947க்கு முன்னாலேயே ரெண்டு மூணு தேர்தல் நடந்துட்டுது. ஜனங்கள் ஜனநாயக முறைக்கு சுதந்திரத்துக்கு முன்னாலேயே பழகிட்டாங்க. பார்லிமெண்ட்தான் இல்லையே தவிர, மாகாண சட்டசபைகள் அப்போவே நடக்க ஆரம்பிச்சிட்டுது”

“அப்போ, நக்சல்பாரியிலே நடந்தது என்ன தாத்தா?” என்றான் சோமு.

“ரொம்பச் சரியாச் சொன்னா, அது உள்ளூர் மட்டத்திலே நடந்த தகராறு. மிராசுதார்களுக்கும், குடியானவங்களுக்கும் இடையிலே நடந்த கட்டுக்குத்தகை பிரச்சனை. விவசாயிகள், கூலி விவசாயிகளுக்கு, இன்னைக்கி மாதிரியே சொந்த நிலமோ, கட்டுப்படியாகக் கூடிய கூலியோ கிடையாது. நிலங்களை கட்டுக் குத்தகைக்கு எடுத்திருந்த விவசாயப் பழங்குடி மக்கள் கட்டுக் குத்தகையை அளக்க மாட்டோம்னு சொன்னாங்க. அந்த ஏரியாவிலே கனு ஸன்யால், சாரு மஜூம்தார் இவங்களெல்லாம் பேர் வாங்கியிருந்தாங்க. தொழிற்சங்கத்திலே

இருந்ததினாலே அவங்க பேர் தெரிந்த தலைவர்களா இருந்தாங்க. ஆனால் நக்சல்பாரி ஊர்லே கலவரம் ஏற்பட்டபோது கனு ஸன்யாலோ, சாரு மஜூம்தாரோ அங்க இல்லை. அதை அவங்க ரெண்டுபேரும் ஆயுதப் புரட்சின்னாங்க. பத்திரிகைகளும் அப்படியே எழுதிச்சு” என்றார் கோபால் பிள்ளை.

“ஒங்க கட்சிக்கும் நக்சல்பாரி கட்சிக்கும் என்ன வித்தியாசம் தாத்தா?” என்று கேட்டான் சோமு.

“நாங்க ஆயுதப் புரட்சியை ஏத்துக்கலை. எங்களுக்கு ஜனநாயகத்துல நம்பிக்கை இருக்கு. கனு ஸன்யால், சாரு மஜூம்தார் இவங்கள்லாம் ஆயுதப்புரட்சிதான் வேணும்ங்கிறாங்க...”

“ஆயுதம்னா அரிவாள், கத்தி இந்த மாதிரியா?”

“அருவாளாவது, கத்தியாவது? துப்பாக்கியத்தான் சொல்றாங்க”

“துப்பாக்கிக்கு எங்க போக?”

“சாரு மஜூம்தார் சொல்லுதாரு, சைனா துப்பாக்கி தரும்ங்காரு. இல்லேன்னா போலீஸ்காரங்ககிட்டே இருக்கிற துப்பாக்கிய எடுத்துக் கிட வேண்டியதுதாங்கிறாரு...”

“இதெல்லாம் நடக்கக்கூடியதா? போலீஸ் வேடிக்கை பாத்துக்கிட்டா இருக்கும்?”

“போலீஸ விடு சோமு. மிலிட்டிரியை எதிர்க்க முடியுமா? ஹைதராபாத்லே தெலுங்கானா புரட்சின்னாங்க; என்ன ஆச்சு?”

“பைத்தியக்காரத்தனமால்லா இருக்கு?” என்றான் சோமு,

“பைத்தியக்காரத்தனம், முட்டாள்தனம் எல்லாந்தான்”

நாராயணனுக்கு ஆபீஸுக்குப் போக வேண்டும். நேரமாகிறது என்று நினைத்தான். கோபால் பிள்ளையைப் பார்த்து, “நான் வாரேன்” என்றான்.

“ஆமா! நீ ஆபீசுக்குப் போகணுமல்லா? போயிட்டு வா...” என்றார் கோபால் பிள்ளை. சோமுவும் புறப்படுவதற்காக எழுந்தான். “நீயும் கௌம்புதியா?” என்று கேட்டார். “ஆமா தாத்தா, போயிட்டு வாரேன்” என்றான் சோமு. நாராயணனும், சோமுவும் பேசிக்கொண்டே படியிறங்கித் தெருவுக்கு வந்தனர். தயிர்க்காரி சத்தமிட்டுக்கொண்டே போனாள். எதிரே உள்ள ஸ்வீட் லேண்டிலிருந்து இரண்டு பேர் பிளாட்பாரத்தில் இறங்கினார்கள். நாராயணன் தெருவைக் கடந்து நடக்க

ஆரம்பித்தான். சோமுவும் வீட்டுக்குப் போகிற பாதையில் நடந்தான்.

ஆனால் சோமுவுக்கு வீட்டுக்குச் செல்லத் தோன்றவில்லை. தானப்ப முதலி அக்ரஹாரத்திலுள்ள சபாபதியைப் பார்க்க வேண்டுமென்று தோன்றியது. கோபால் பிள்ளை தாத்தா நக்ஸல்பாரி பிரச்சனையைப் பற்றிச் சொன்னதில் நம்பிக்கை ஏற்படவில்லை. அவர் கம்யூனிஸ்ட் கட்சிக்காரர். அதனால் அதற்கு ஏற்றபடி பேசுகிறார் என்றுதான் தோன்றியது. அவன் கம்யூனிஸத்தைப் பற்றிப் படித்திருக்கிறான். நக்ஸல்பாரியில் ஏற்பட்டது வெறும் மிராசுதார் – விவசாயிகளுக்கு இடையே நடந்த குத்தகைத் தகராறு என்று தோன்றவில்லை. அது வர்க்கப் போராட்டம் என்று நினைத்தான். அப்படித்தானே மார்க்ஸ், ஏங்கல்ஸின் புஸ்தகங்கள் கூறுகின்றன? ஏழைகளுக்கும் பணக்காரர்களுக்கும் இடையிலும், விவசாயிகளுக்கும் நிலவுடைமையாளர்களுக்கும் இடையிலும் நடக்கிற வர்க்கப் போராட்டமாகத்தான் அது இருக்க வேண்டும். கோபால் பிள்ளை தாத்தா எதையோ மறைக்கிறார். அல்லது அவருக்கு முழு விபரம் தெரியாதோ என்னவோ?

சோவியத் லேண்ட் பத்திரிகையை சபாபதி வீட்டில் பல முறை பார்த்திருக்கிறான். வழவழப்பான தாளில் பல வர்ணங்களில் அச்சடிக்கப்பட்ட அந்தப் பத்திரிகையை சோமுவுக்கு ரொம்பவும் பிடிக்கும். அதிலுள்ள புகைப்படங்கள், கட்டுரைகள் எல்லாம் சோவியத் மண்ணை சொர்க்க பூமியாகக் காட்டின. அந்தப் படங்களில் இடம்பெற்றுள்ள ஆண்கள், பெண்களின் முகங்களில்தான் எவ்வளவு சிரிப்பு. எவ்வளவு புஷ்டியாக இருக்கிறார்கள் அவர்கள். தொழிற்சாலைகளிலும், பண்ணை நிலங்களிலும் சிரித்துக்கொண்டே வேலை செய்கிறார்கள் அவர்கள். மார்க்ஸின் கனவை நனவாக்கிய பூமியல்லவா அது? இந்தியா எப்போது அந்த மாதிரி மாறும்? இங்கே தொற்றல் உடம்பும், வறுமையுமாகத்தானே இருக்கிறார்கள்.

தி.மு.க. ஆட்சிக்கு வந்தால் ரூபாய்க்கு மூன்று படி அரிசி போடுவோம் என்றார்கள். தமுக்கத்தில் நடந்த தேர்தல் பிரச்சாரக் கூட்டத்தில் தி.மு.க தலைவர்கள் எல்லாம், இது ஏழைகளின் கட்சி, பாட்டாளிகளின் கட்சி என்றார்கள். ஆனால் வறுமையும், சீக்கும் அப்படியேதான் இருக்கிறது. நம் வீட்டிலுள்ள வசதியும், சாப்பாடும் பாக்கியத்து அத்தை வீட்டில் ஏன் இல்லை? இத்தனைக்கும் பாக்கியத்து அத்தை அப்பாவுடைய ஒரே தங்கை. கோபாலக் கொத்தன் தெருவில் பாக்கியத்து அத்தை ஒண்டுக்குடித்தன போர்ஷனில்

வாடகைக்கு இருக்கிறாள். கிட்டு மாமா, அப்பாவுடைய கடையில்தான் 150 ரூபாய் சம்பளத்தில் வேலை பார்க்கிறார். 150 ரூபாயில் என்ன செய்ய முடியும்? அவருக்குச் சீட்டாடுகிற பழக்கம் வேறு. பாக்கியத்து அத்தை பாவம். சோவியத் ரஷ்யாவில் அண்ணன் பணக்காரராகவும், தங்கை ஏழையாகவும் இருக்க விடுவார்களா? அது சொர்க்க பூமியல்லவா? சொர்க்கத்தில் ஏற்றத் தாழ்வு இருக்குமா என்ன?

சபாபதி வீடு, தெருவிலிருந்து நல்ல உயரத்திலிருந்தது. நான்கு படிகள் ஏறித்தான் வீட்டுக்குள் நுழைய வேண்டும். முன்னால் கம்பி அழி போட்ட பெரிய நீளமான வராண்டா. படியேறி வாசலில் நின்றுகொண்டே, "சபாபதி... சபாபதி" என்று கூப்பிட்டான். வீட்டிற்குள்ளிருந்து கறி தாளிக்கிற வாசனை வந்தது. அறை அறையாக வீடு உள்ளே விரிந்துகொண்டே சென்றது. தூரத்தில் யாரோ பெண் எட்டிப்பார்க்கிற மாதிரி இருந்தது. இருட்டில் முகம் தெளிவாகத் தெரியவில்லை. பிறகு அந்த உருவம் வேகமாக நடந்து இவனை நோக்கி வந்தது. அது சபாபதியுடைய அம்மாவேதான்.

"யாரு? சோமுவா?" என்று கேட்டுக்கொண்டே சபாபதியின் அம்மா கதவைத் திறந்தாள். "உள்ளே வாயேன்"

"இல்லை, சபாபதி இல்லையா?"

"அவன் நேத்திக்கி என் நாத்தனார் குடும்பத்தோடு ராமேஸ்வரம் போயிருக்கான். உன்கிட்டே சொல்லலையா?"

"ரெண்டு நாளா அவரைப் பார்க்கலை... இந்தப் பக்கமா வந்தேன்... அதான் பாத்துட்டுப் போலாம்னு"

"உள்ளே வா! காபி சாப்பிட்டுப் போ"

"இல்லை. அப்புறமா வாறேன்"

"இன்னிக்குச் சாயந்திரம் வந்திருவான். வந்தான்னா அவன்கிட்ட சொல்றேன்"

"சரி... சும்மாதான் வந்தேன், வர்றேன்"

"காபி சாப்பிடலாம். சரி, போயிட்டு வா...", சபாபதியோட அம்மா உள்ளே போய்விட்டாள். சோமு தெருவில் இறங்கி நடந்தான்.

7

பஸ் ஸ்டாண்ட் பக்கம் ஒரே நெருக்கடியாக இருந்தது. வெளியூர்களிலிருந்து வருகிற தனியார் பஸ்களும், டவுன் பஸ்களும் குறுக்கும் நெடுக்குமாக நின்றன. ரிக்ஷாக்காரர்கள் வேறு வரிசையாக ஒருத்தர் மின்னால் ஒருத்தராக ரிக்ஷாவைத் தள்ளிக் கொண்டு சவாரிகளை ஏற்றிக்கொண்டிருந்தார்கள். பீட்டர் அங்கே போய்ச் சேர்ந்ததும் திருமுருகன் ட்ரான்ஸ்போர்ட் பஸ் எங்கே நிற்கும் என்று விசாரித்தான்.

"கூடல் அழகர் கோவிலுக்குப் பக்கத்திலே போங்க. வீனஸ் எலெக்ட்ரிக்கல்ஸ் தாண்டி நிற்கும்" என்று ஒரு வெற்றிலைபாக்குக் கடைக்காரர் சொன்னார். அவன் ஏறி வந்த ரிக்ஷாக்காரரிடம் பணத்தைக் கொடுத்துவிட்டு வேகமாக கூடலழகர் பெருமாள் கோவிலுக்குப் போகும் பின்புறப் பாதையை நோக்கிப் போனான். நடக்கவே முடிய வில்லை. ஒரு பக்கம் சாக்கடைத் தண்ணீர் வேறு குட்டையாகத் தேங்கிக் கிடந்தது. குடலைப் பிடுங்குகிற நாற்றம். தெருமுனையைத் திரும்பியதும் சற்றுத் தொலைவில் 'திருமுருகன் ட்ரான்ஸ்போர்ட்' என்று எழுதிய பஸ்ஸின் பின்புறப் பலகை தெரிந்தது. அந்தக் கடைக்காரர் சரியாகத்தான் சொல்லி யிருக்கிறார் என்று சந்தோஷமாக இருந்தது.

அப்போதுதான் பஸ் வந்திருக்க வேண்டும். பிரயாணிகள் பைகளுடன் இறங்கிக்கொண் டிருந்தனர். பீட்டர் கால்களை எட்டிப்போட்டு நடந்தான். அவ்வளவு காலையிலேயே வெயில் சுள்ளென்று அடித்தது. முன்பக்கமும் முதுகுப் பக்கமும் சட்டை வியர்வையில் பனியனோடு பனியனாக ஒட்டிப்போயிருந்தது. சட்டை, பனியனை எல்லாம் கழற்றிவிடலாம் போலிருந்தது. பஸ்ஸின் அருகே போனதும் சத்தமாகவும் இல்லாமல், மெதுவாகவும் இல்லாமல் ஒரு

கமறலான குரலில் இறங்கிக்கொண்டிருந்தவர்களைப் பார்த்து "சாரு மஜூம்தார்" என்று இரண்டு தடவை குத்து மதிப்பாகக் கூப்பிட்டான்.

கூப்பிட்டுவிட்டு வேறு எங்கோ பார்ப்பது போல் தலையைத் திருப்பிக்கொண்டான். சற்று மாநிறமாகவும் குள்ளமாகவும் இருந்த ஒருவர், எங்கேயிருந்து குரல் வந்தது என்று திரும்பிப் பார்த்தார். அவர்தான் சாரு மஜூம்தார் என்று பீட்டர் முடிவு செய்தான். அவருடன் உயரமான, கருத்த நபரும் பக்கத்தில் நின்றிருந்தான். அவன்தான் கிட்டன். கிட்டனிடம் சாரு மஜூம்தார், "சம்படி கால்ஸ் மீ" என்றார். கிட்டனுக்கும் யாரோ 'சாரு மஜூம்தார்' என்று கூப்பிட்டது கேட்டது. சாரு மஜூம்தார் கூறியது பீட்டருக்கும் கேட்டது. சந்தேகமே இல்லை, அவர்தான். நல்லவேளையாக பஸ் அப்போதுதான் வந்திருந்தது. அதனால்தான் கண்டுபிடிக்க முடிந்தது. சிறிது நேரமாகியிருந்தாலும் அவர் எங்காவது போயிருப்பார். பிறகு கண்டுபிடிப்பதும் கஷ்டம். கம்யூனிஸ்ட் கட்சி ஆட்களிடம்தான் விசாரிக்கவேண்டியிருக்கும். இவ்வளவு பெரிய ஊரில் அவரை எங்கே என்று தேடுவது? அவருடைய போட்டோவும் இல்லை. எப்படியோ வேலை சுலபமாக முடிந்ததே என்று சந்தோஷப்பட்டான்.

நாவெல்லாம் வறண்டது. ஒரு சொம்புத் தண்ணீர் குடித்தால் தான் தாகம் அடங்கும் போலிருந்தது. வியர்வையில் முதுகில் ஊறலெடுத்தது. ஒரு சர்பத் சாப்பிட்டால் தாகத்திற்கும் வெயிலுக்கும் இதமாக இருக்கும். சாரு மஜூம்தாரும் கிட்டனும் வலதுபுறமாகத் திரும்பி திண்டுக்கல் ரோட்டுச் சந்திப்பை நோக்கி நடந்துகொண்டிருந்தார்கள். அவர்களுக்குப் பின்னால் பீட்டரும் போய்க்கொண்டிருந்தான். மஜூம்தார் ஒரே ஒரு துணிப்பையைத் தான் தோளில் போட்டிருந்தார். விசுவிசுவென்று வேகமாக நடந்தார். அவருடைய வேகம் பீட்டருக்கு ஆச்சரியமாக இருந்தது.

பீட்டர் அவரைப் பற்றிக் கேள்விப்பட்டிருந்தான். பத்து நாட்களுக்கு முன்னால் ஆபீசில் நடந்த ரெவ்யூ கூட்டத்தில் அவரைப் பற்றிப் பேச்சு வந்தது. சென்ட்ரல் இண்டலிஜென்ஸி லிருந்து அவர் கேரளாவில் இருப்பதாகவும், தமிழ்நாட்டிற்கும் அவர் வரலாம் என்றும் தகவல் வந்திருந்தது. அதை எஸ்.பி. சொன்னார்.

அவர் 'எய்ட் டாக்குமெண்ட்ஸ்' என்ற பேரில் பிரசுரங்களை எழுதியிருப்பதாகவும் சொன்னார். அவை எல்லாம் ஆயுதப் புரட்சியைத் தூண்டுபவை. ஒருவேளை அந்தப் பிரசுரங்களை

அவர் தன்னுடன் எடுத்து வந்திருக்கலாம் என்றார். அந்த ரெவியு கூட்டத்தில் சி.பி.ஐ., சி.பி.எம். கட்சிகளில் உள்ள கம்யூனிஸ்ட் கட்சித் தலைவர்கள், யூனியன் லீடர்களையும் கண்காணிக்க வேண்டும் என்று முடிவு செய்யப்பட்டது.

சர்க்கிள் ஆபீஸில் கூட்டம் போட்டால் கொசுக்கடியிலும் புழுக்கத்திலும் அகப்பட்டுக்கொள்ள வேண்டியதுதான். அவ்வளவு பெரிய அறைக்கு இரண்டே இரண்டு ஃபேன்கள் தான் இருந்தன. அது நாயக்க மன்னர்கள் காலத்தில் கட்டிய பழைய கோட்டையின் ஒரு பகுதி. சுவர்களெல்லாம் கற்களால் ஆனவை. சுண்ணாம்புக் காளவாசலுக்குள் போன மாதிரி இருக்கும். இருக்கிற இரண்டு ஃபேன்களில் ஒரு ஃபேனின் கீழே டி.எஸ்.பி.யும், ஏ.எஸ்.பி.யும் உட்கார்ந்திருப்பார்கள்.

கூட்டம் நடந்துகொண்டிருந்தபோது சங்கரபாண்டி எழுந்து, "ரஷ்யாவிலிருந்து வருகிற மார்க்ஸ், லெனின் புஸ்தகங்களை எல்லாம் தடைசெய்யமுடியாதா?" என்று கேட்டான்.

"அதைத் தடை பண்ணினா?" என்று எஸ்.பி. எதிர்க் கேள்வி கேட்டார்.

"அந்தப் புஸ்தகங்கள்லேதான் சார் புரட்சியைப் பத்தி, ஆயுதப் புரட்சியைப் பற்றி எல்லாம் எழுதியிருக்கு சார். அந்தப் புஸ்தகங்களெல்லாம் தாராளமா நியூ செஞ்சுரி புத்தகக் கடையிலே பப்ளிக்கா விற்குது சார்"

"வெவரந்தெரியாம பேசாதே. அதெல்லாம் நம்ம ஸ்டேட் கவர்மெண்ட் ஒண்ணும் பண்ண முடியாது. சென்ட்ரல் கவர்மெண்டுக்கும் ரஷ்யாவுக்கும் சுமுகமான உறவு இருக்கு. கொடுக்கல் வாங்கல் எல்லாம் இருக்குது. ரஷ்யா இந்தியாவோட நட்பு நாடுப்பா. அதையெல்லாம் தடுக்க முடியாதுப்பா" என்றார் டி.எஸ்.பி.

"நாமல்லா கெடந்து கஷ்டப்பட வேண்டியிருக்கு. அந்தப் புத்தகங்களைப் படிச்சிட்டுதானே யூத்தெல்லாம் கட்சி சேத்துக் கிட்டு அலையுதாங்க"

"அதைக் கண்காணிக்கறதுதான் அப்பா நம்ம வேலை"

அன்று ரெவ்யூ கூட்டம் முடியும்போது எட்டு மணிக்கு மேலாகிவிட்டது. ஆபீஸிலிருந்து செல்லத்தம்மன் கோவில் வரை நடந்தே வீடு போய்ச் சேரும்போது பரமேஸ்வரி டாக்கீஸில் இங்கிலீஷ் படம் முதல் ஷோவே விட்டுவிட்டான்.

மேலப்பெருமாள் மேஸ்திரி வீதியும் திண்டுக்கல் ரோடும் சந்திக்கிற முனையில் இருந்த ஒரு ஹோட்டலுக்குள் சாரு மஜூம் தாரும் கிட்டனும் நுழைந்தனர். ரொம்ப சுமாரான ஹோட்டல்தான். அவர்கள் இருவரும் வாஷ் பேசினில் வாய் கொப்பளித்து முகத்தையும் அலம்பிக்கொண்டனர். ஒரு மேஜையில் எதிரெதிரே இருவரும் அமர்ந்துகொண்டனர். பீட்டரும் டீ குடிக்கலாம் என்று நினைத்தான். கல்லாவுக்கு எதிரே இருந்த சேரில் பீட்டர் உட்கார்ந்துகொண்டான். சர்வர் உடனே வந்துவிட்டான். “ஒரு டீ” என்றான் பீட்டர். “டீ இல்லை. காபிதான்” என்றான் சர்வர். “சரி, ஒரு காபி கொண்டு வாங்க” என்றான்.

சாரு மஜூம்தார் எதிரே இருந்த கிட்டனிடம் “வாட் டூ யு வாண்ட் கிட்டன்?” என்றார். ஏதோ சாப்பிடுவதைப் பற்றித்தான் கேட்கிறார் என்பதைக் குத்து மதிப்பாகப் புரிந்துகொண்ட கிட்டன், “இட்லி” என்றான். சாரு மஜூம்தார், “ஐ வாண்ட் தோசா” என்றார். கிட்டன் சிரித்தான். சர்வரிடம், “எனக்கு இட்லி, அவருக்கு தோசை” என்றான். சாரு மஜூம்தார் சட்டைப் பையிலிருந்து பீடியை எடுத்து வாயில் வைத்தார். சட்டைப் பையிலிருந்து தீப்பெட்டியை எடுத்தார். கிட்டன் பதறிப் போனான். “நோ, நோ பீடி, சிகரெட்” என்றான். பீடி குடிக்கக் கூடாது என்று சைகையும் செய்தான். சாரு மஜூம்தார் சிரித்துக்கொண்டே பீடியையும் தீப்பெட்டியையும் தோள் பையினுள் போட்டார்.

பீட்டர் காபியைக் குடித்துவிட்டு, சாரு மஜூம்தாரும் கிட்டனும் சாப்பிட்டு முடிக்கும்வரை சுவரில் மாட்டியிருந்த படங்களைப் பார்த்துக்கொண்டிருந்தான். இரண்டுபேரும் பில்லை எடுத்துக்கொண்டு கல்லா பக்கம் போனார்கள். அதற்கு முன்னால் பீட்டர் எழுந்து தன் காபிக்குப் பணம் கொடுத்தான். 25 பைசாதான் காபி. ஆனால் அவனிடம் சில்லரை இல்லை. ஒரு ரூபாயைக் கொடுத்து மீதியை வாங்கிக்கொண்டு, கடைக்குக் கீழே பிளாட் பாரத்தில் நின்றுகொண்டான்.

சாரு மஜூம்தார் பில் பணத்தைக் கொடுத்து விட்டு கல்லாவில் இருந்தவரிடம் “வேர் ஈஸ் த கம்யூனிஸ்ட் பார்ட்டி ஆபீஸ்?” என்று கேட்டார். கல்லாவில் இருந்தவருக்கு ஆங்கிலம் தெரியவில்லை. “என்னது?” என்றார்.

“கம்யூனிஸ்ட் பார்ட்டி ஆபீஸ்?” என்று சுருக்கமாகக் கேட்டார் சாரு மஜூம்தார்.

“கம்யூனிஸ்ட் கட்சி ஆபீஸா?”

கிட்டன், "ஆமா," என்றான்.

"வேற ஒண்ணுமில்லே. இப்பிடியே வலது கைப்பக்கம் திரும்பி அந்தத் தெருவிலேயே போங்க. டவுன் ஹால் ரோடு வரும். அதிலே வடக்கே பார்க்கப் போங்க. ஒரு தெப்பக்குளம் வரும். அது பக்கத்திலே மண்டையன் ஆசாரிச் சந்து இருக்கும். அங்கேதான் கம்முனிஸ்ட் கச்சி ஆபீசு இருக்குது" என்றார்.

சாரு மஜூம்தார் கிட்டனைப் பார்த்து, "டூ யூ நோ த அட்ரஸ்?" என்று கேட்டார். கிட்டன் அவரிடம், "வாங்க விசாரிச்சுக்கிட்டு போயிரலாம்" என்றான். பீட்டர் அவர்கள் கண்ணில் படாமல் சற்றுத் தள்ளி நின்றுகொண்டான். சாரு மஜூம்தாரும் கிட்டனும் மேலப்பெருமாள் மேஸ்திரி வீதியில் நடக்க ஆரம்பித்தனர். பீட்டர் அவர்களைப் பின்தொடர்ந்தான்.

8

கோபாலக் கொத்தன் சந்தும், மேலக்கோபுர வீதியும் சந்திக்கும் முனையிலிருந்த உலகநாதன் லாட்டரி சீட்டுக் கடையில் அந்த நேரத்திலேயே நாலைந்து பேர் நின்று லாட்டரிச் சீட்டுக்களை வாங்கிக்கொண்டிருந்தனர். சாயந்திரமானால் லாட்டரி வாங்க கூட்டம் குவியும். எந்தெந்த சீரியலில் லாட்டரிச் சீட்டு வெளியாகியிருக்கிறது என்கிற போஸ்டரை ஒரு தட்டியில் ஒட்டி வைத்திருந்தது. அந்த விளம்பரத் தட்டியையும் சிலர் பார்த்துக்கொண்டிருந்தார்கள். உலகநாதனின் லாட்டரிச் சீட்டுக் கடை ரொம்பச் சிறியதுதான். ஆனால் சென்னை மாநிலம் பூராவும் அந்தக் கடை பிரபலமாகிவிட்டது.

1968இல் லாட்டரிச் சீட்டை மாநில அரசு துவங்கியபோது முதல் குலுக்கலிலேயே அந்தக் கடையில் வாங்கப்பட்டிருந்த பரிசுச் சீட்டுக்கு ஒரு லட்சம் ரூபாய் விழுந்திருந்தது. இது தவிர 10,000 ரூபாய், 1000 ரூபாய் பரிசுகளும் அங்கு வாங்கிய நம்பர்களுக்கு விழுந்திருந்தன. இரண்டு மாதத்தில் இன்னொரு ஒரு லட்ச ரூபாய் பரிசு விழுந்தது. உலகநாதன் பேட்டி எல்லாம் கொடுத்திருந்தார். உலகநாதனின் கடை ராசியான கடை ஆகிவிட்டது. வெளியூர்களிலிருந்தெல்லாம் அவர் கடை லாட்டரிச் சீட்டுக்களை வாங்கிச் செல்ல ஆரம்பித்தனர். உள்ளூர் சினிமா தியேட்டர்களில் உலக நாதன் சிலைடுகள் போட்டு விளம்பரப் படுத்தினார். மதுரையில் அவர் ஒரு பிரமுகராகி விட்டார்.

'லட்சாதிபதிகளை உருவாக்குகிறவர்' என்ற பெயர் அவருக்கு ஏற்பட்டுவிட்டது. சபாபதி வீட்டிலிருந்து திரும்பும்போது சோமு, அவனை யறியாமலேயே அந்தக் கடையில் நின்று வேடிக்கை பார்க்க ஆரம்பித்தான்.

பிரப்பம் தட்டியில் ஒட்டியிருந்த லாட்டரிச் சீட்டு விளம்பர போஸ்டர்களை சோமு பார்த்துக்கொண்டிருந்தபோது, அவன் தோளில் கை வைத்து, “என்ன மருமகனே, லாட்டரிச் சீட்டு வாங்க வந்தியா?” என்று கிட்டு கேட்டான். சட்டெனத் திரும்பி, “என்ன மாமா நீ எங்க இங்க வந்தே?” என்று கேட்டான் சோமு.

“நீ சீட்டு வாங்கப் போறியா?” என்று கிட்டு கேட்டான்.

“இல்லை, சும்மா வேடிக்கை பார்க்கத்தான்”

“ஒனக்கு என்னப்பா நீ பெரிய எடம்” என்று கிட்டு சொன்னதை சோமு விரும்பவில்லை. ஏன் மாமா இப்படி யெல்லாம் யாரோ வேற்று மனுஷன் மாதிரிப் பேசுகிறான்?

“லாட்டரிச் சீட்டு வாங்கலைன்னா பெரிய எடமா?”

“இல்ல மருமகனே! ஒனக்கெல்லாம் லாட்டரிச் சீட்டு தேவையில்லைன்னு சொல்ல வந்தேன். நானுந்தான் கெடைக்கிற துட்டுக்கெல்லாம் லாட்டிரி வாங்கித்தான் பாக்கேன். நூறு ரூவாயிக்கி மேலே விழ மாட்டேங்குது”

“இதுல போட்டு எதுக்கு மாமா காச வீணாக்குதே?”

“ஏதாவது பெரிய தொகை விழுந்திராதான்னுதான்”

“அதெல்லாம் ஒண்ணும் வேண்டாம். பேசாமே வீட்டைக் கவனி மாமா. சரி, நீ என்ன கடைக்குப் போகலையா?”

“கடைக்கித்தான் போய்க்கிட்டு இருக்கேன். போற வழியிலே புது சீரியல் ஏதாவது வந்திருக்குதான்னு பாத்துட்டுப் போலாம்னுதான்”

“இதுல எல்லாம் காசப் போட்டு கரியாக்காத. பேசாம கடைக்கிப் போ”

“நீ வரலியா சோமு?”

“அப்புறமா வாரேன். நான் வரட்டுமா மாமா” என்று சொல்லிவிட்டு வீட்டை நோக்கி நடக்க ஆரம்பித்தான் சோமு. கிட்டு மாமாவையும் பாக்கியத்து அத்தையையும் நினைத்த போது ரொம்பச் சங்கடமாக இருந்தது.

கிட்டு மாமாவுக்குக் கடையில் அப்பா என்ன பெரிய சம்பளம் கொடுத்துவிடுவார். அவரால் அந்தக் கடையில் அவ்வளவுதான் சம்பளம் கொடுக்க முடியும். “ஹாஜிமூசா” மாதிரி அப்பாவுடைய ஜவுளிக் கடை ஒன்றும் பிரம்மாண்ட மான ஜவுளிக் கடையல்ல. அந்தக் காலத்திலிருந்தே, ‘ராசியான கடை’ என்று சுற்றுக் கிராமங்களிலிருந்து சில குடும்பங்கள் வந்து

இன்னமும் அவர்களுடைய கடையில் ஜவுளி வாங்கிக்கொண்டு போகின்றன. அதுவும் அவர்கள் எந்த ஜவுளியை எடுத்தாலும், எல்லாவற்றையும் மனம் போனபடி குறைத்துக் கேட்பார்கள். ரொம்பவும் கறாராக அவர்களிடம் நடந்துகொள்ள முடியாது. நீக்குப் போக்காக நடந்துகொள்ளவில்லையென்றால் வாங்க மாட்டார்கள்.

பாக்கியத்து அத்தை எப்படியோ கிட்டு மாமா சீட்டாடியது, லாட்டரிச் சீட்டு வாங்கியது போக வீட்டுக்குத் தரும் பணத்தில் சமாளிக்கிற மாதிரிதான், அப்பாவும் குத்தாலத்து அண்ணனும் சேர்ந்து, வருகிற கடை வருமானத்தில் குடும்பத்தையும், வியாபாரத்தையும் சமாளிக்கிறார்கள். அம்மா, பாக்கியத்து அத்தை வீட்டுக்குக் கண்டும் காணாமலும் ஏதாவது உதவி செய்யத்தான் செய்கிறாள். ஆனால், அதெல்லாம் அந்தக் குடும்பத்துக்குப் போதுமா? தங்கம் பள்ளிக்கூடம் போகிறாள். அவளுடைய படிப்புச் செலவு வேறு இருக்கிறது. அவனுடைய குடும்பம் மட்டுமா கஷ்டப்படுகிறது? எத்தனையோ குடும்பங்கள் இப்படித்தான் அல்லாடிக்கொண்டிருக்கின்றன. ஊர் பூராவும், நாடு பூராவும்.

சுதந்திரம் வந்து இத்தனை வருடங்களாகி விட்டன. யாரும் பெரிய முன்னேற்றமடைந்த மாதிரித் தெரியவில்லை. ஜனங்கள் எதையாவது விற்பனை செய்து வாழ்க்கை நடத்துகிறார்கள். இல்லையென்றால் மாதச் சம்பளத்துக்கு வேலை செய்து காலத்தை ஓட்டுகிறார்கள். யாருக்கும் போதுமான வருமானம் இல்லை. அதனால்தான், ரூபாய்க்கு மூன்று படி அரிசி போடுகிறோம் என்று வாக்குறுதி கொடுத்த கட்சிக்கு, அதை நம்பி ஓட்டுப் போட்டு ஜெயிக்க வைத்தார்கள். காங்கிரஸ் போய் தி.மு.க. வந்தும் ஜனங்களுடைய வாழ்க்கையில் எந்தப் பெரிய மாற்றமும் இல்லை. சர்க்கார் இலவசமாகப் பள்ளிக்கூடங்களை நடத்துகிறது, ஆஸ்பத்திரிகளை நடத்துகிறது, இவை மட்டும் போதுமா? துணி மணி, வீடு, சாப்பாடு எல்லாம் அவர்களேதான் தேடிக்கொள்ள வேண்டியிருக்கிறது.

மேலமாசி வீதியும் மேலக் கோபுரத் தெருவும் சந்திக்கிற முனையில் பிருந்தாவன் ஹோட்டல் வாசலில் இருந்த எலெக்ட்ரிக் கம்பத்தில், தி.மு.க. பொதுக்கூட்ட விளம்பரத் தட்டிகளைக் கட்டிக்கொண்டிருந்தார்கள். அதைப் பார்த்துக் கொண்டே இடது புறம் திரும்பி வீட்டைப் பார்க்க சோமு நடந்தான். எத்தனை கட்சிகள். காங்கிரஸ், தி.மு.க., சுதந்திரா, முஸ்லிம் லீக், கம்யூனிஸ்ட், சோஷலிஸ்ட் என்று எத்தனை கட்சிகள். கம்யூனிஸ்ட் கட்சியிலேயே இரண்டு கம்யூனிஸ்ட்

கட்சி, வலது இடது என்று. எத்தனை பேச்சு. பேச்சு, பேச்சு ஓயாத பேச்சு.

பத்திரிகைகளுக்கும் குறைவில்லை. வார, மாத, தினசரிப் பத்திரிகைகள் என்று கணக்கெடுத்தால் தமிழ்நாட்டில் ஒரு நூறு பத்திரிகையாவது வெளிவரும். சுதந்திரம் இருக்கிறது. ஆனால், சுதந்திரம் சோறு போடவில்லை. சபாபதியிடம் இதைச் சொன்னால், மனிதனுடைய வாழ்க்கையில் சோறு மட்டுமே முக்கியமல்ல என்பார். செளராஷ்டிரா சந்தில் திரும்பியதுமே மீனாட்சி பதற்றத்தோடு வந்துகொண்டிருந்ததைப் பார்த்தான். சற்றுத் தள்ளி வந்துகொண்டிருக்கும்போதே மீனாட்சி அவனைப் பார்த்து, “நீங்க எங்க போயிட்டு வாறீங்க. சரோஜாவைக் காணலை” என்றாள்.

“சரோஜாவைக் காணலையா? நான் வெளியே கிளம்பும் போதுகூட மச்சுப்படியிலே உக்காந்து இருந்தாளே... எங்க போயிட்டா” என்றான் சோமு.

“எங்க போயிருக்கான்னு தெரியலை. வாங்க தேடுவோம்” என்று அவன் கையைப் பிடித்து இழுத்தாள் மீனாட்சி.

“நான் கோபால் பிள்ளை தாத்தா வீட்டுக்குப் போயிட்டுத் தான் வாரேன். வழியிலே எங்கியும் அவளப் பாக்கல”

“நீங்க எதையாவது யோசிச்சுக்கிட்டே வந்திருப்பீங்க. கவனிச்சிருக்க மாட்டீங்க. கோவில் பக்கம் கண்டா போயிருப்பாளோ என்னவோ”

சோமு அவளுடன் நடந்தான். திரும்பவும் அவளுடன் மேலமாசி வீதிக்கு வந்தான்.

அவனுக்கு எரிச்சலாக இருந்தது. வயிறு பசித்தது. வீட்டுக்குப் போய்ச் சாப்பிடலாம் என்றுதான் நினைத்துக் கொண்டிருந்தான். அதற்குள் இந்த சரோஜா களேபரம் வந்து விட்டது.

“நீங்க பாட்டுக்கு மூணு பேரும் அடுக்களையே கதின்னு இருந்திருப்பீங்க. அவ மேல் ஒரு கண்ணு இருக்க வேண்டாம்?” என்றான். மீனாட்சி அவனுக்குப் பதில் சொல்லவில்லை. அவள் பதற்றத்தில் இருந்தாள்.

“ஒரு ஆளைத் தேடுததுக்கு ரெண்டு பேர் எதுக்கு?” என்றான் சோமு.

“தங்கச்சியக் காணலையேன்னு ஒங்களுக்குப் பதறலையா?” அவர்களுக்கு எதிரே வந்துகொண்டிருந்தவர்கள் சோமுவையும்

மீனாட்சியையும் ஒரு மாதிரியாகப் பார்த்தவாறு கடந்து போனார்கள். மீனாட்சிக்கு நெற்றி, கழுத்தெல்லாம் வியர்த்திருந்தது. மேலக்கோபுர வாசல் தெருவும் மேலமாசி வீதியும் சந்திக்கிற இடத்தில் நடைபாதையில் இருந்த பூக்காரி மீனாட்சியைப் பார்த்து, "என்ன தாயி பூ வாங்கலியா?" என்று கேட்டாள். "அப்புறம் வாங்கறேன். எங்க வீட்டு சரோஜாவைப் பாத்தியா கமலம்?" என்று கேட்டாள் மீனாட்சி.

"கொஞ்ச நேரத்துக்கு முன்னாடிதேன் இப்பிடியே போச்சுது" என்று கையை நீட்டிக் காண்பித்தாள் கமலம். அவள் காட்டிய திசையில் கோபால் பிள்ளை தாத்தாவுடைய வீடுதான் இருக்கிறது. அவர் வீட்டுக்கு முன்னால் ஒரு சந்து போகிறது. அதில் போனால் பாக்கியத்துச் சித்தி வீட்டுக்குப் போய்விடலாம். ஒருவேளை அங்கே போயிருப்பாளோ என்று மீனாட்சி நினைத்தாள். மீனாட்சிக்குக் கண்கலங்கிவிட்டது.

மனதுக்குள் கடவுளை வேண்டிக்கொண்டாள். "ஏங்க, பாக்கியத்துச் சித்தி வீட்டுக்குப் போயிருப்பாளோ?" என்று சோமுவிடம் கேட்டாள்.

"கொஞ்ச நேரத்துக்கு முன்னாலேதான் கிட்டு மாமாவைப் பாத்தேன். அவர்கூட ஒண்ணும் சொல்லலியே?"

"எங்க பாத்தீங்க?"

"லாட்டரிச் சீட்டுக் கடை முன்னாலே"

"ஒரு வேளை கிட்டுச் சித்தப்பா கௌம்பினதுக்கு அப்புறமா அவங்கவீட்டுக்குப் போயிருப்பாளோ?" என்று சொல்லிக்கொண்டே பாக்கியத்தின் வீட்டை நோக்கிச் செல்ல ஆரம்பித்தாள். சோமுவுக்குத் தங்கச்சியைக் காணவில்லை என்றதும் எந்தப் பதற்றமும் ஏற்படவில்லை. இதற்கு முன்பும் சில முறை அவள் காணாமல் போய்த் திரும்பக் கிடைத்திருக்கிறாள். அது மாதிரித் தான் இப்போதும் நடக்கும் என்று அவனுக்குத் தோன்றியது. "கடனே" என்று மீனாட்சியுடன் அவனும் நடந்தான்.

மாவு மில்லைத் தாண்டியபோது சந்து முனையில் பாக்கியம் சரோஜாவின் கையைப் பிடித்துக்கொண்டு வந்து கொண்டிருந்தாள். அவர்களைப் பார்த்ததும் மீனாட்சி ஓடோடிச் சென்று சரோஜாவைக் கட்டிப் பிடித்துக் கொண்டாள். சரோஜாவின் திறந்த வாயிலிருந்து எச்சில் ஒழுகிக் கொண்டிருந்தது.

“சித்தி! ஓங்க வீட்டுக்குத்தான் தேடி வந்துக்கிட்டு இருக்கோம், நல்ல வேளை” என்றாள் மீனாட்சி.

“தங்கத்தைப் பள்ளிக்கூடத்துக்கு அனுப்பிட்டு வாசல்ல நின்னு தெருவடி வீட்டம்மாவோட பேசிக்கிட்டு இருக்கேன். இவ வந்து நிக்கா. நல்லவேள, வேற எங்கியும் போகாம இங்க வந்தாளே. நீ தனியாவாட்டி வந்தேன்னு கேட்டேன். பேப்பர் ரோஸ் பூ ஓங்க வீட்டுல இருக்குல்லா, அதப் பாக்கணும்னு சொன்னா. ஏட்டி, அம்மகிட்டச் சொல்லிட்டு வந்தியான்னு கேட்டா, ஒண்ணுஞ்சொல்லாம பேப்பர் ரோஸ் கொடிக்குக் கீழே போயி நின்னுக்கிட்டு கையத் தட்டிச் சிரிக்கா. சரி இவ எப்பிடியும் சொல்லாமத்தான் வந்திருப்பா, நீங்க தேடக் கூடாதேன்னு கூட்டிக்கிட்டு வாரேன்... அதுக்குள்ள நீங்க ரெண்டு பேரும் வந்துட்டிய” என்றாள் பாக்கியம். மீனாட்சியின் பதற்றம் இன்னும் தணியவில்லை. சரோஜாவை நெஞ்சோடு நெஞ்சாக அணைத்துக்கொண்டிருந்தாள். சோமு, “வேற எங்க போயிரப் போறா?” என்றான்.

“சித்தி, வீட்டுக்கு வாங்களேன்.”

“அதான், சரோஜாவை ஒன்கிட்ட ஒப்படைச்சிட்டேனே. தென்னமரத்தாச்சி வீட்டுல போயி தோசைக்கி அரைச்சிக் குடுக்கணும். சாயந்தரமா தங்கம் பள்ளிக்கூடம் விட்டு வந்த பொறவு வாரேன். பிள்ளையப் பத்திரமா கூட்டிட்டுப் போங்க” என்றாள்.

9

சோமு சரோஜாவைக் கையில் பிடித்துக் கொண்டான். மீனாட்சியுடன் பேசிக்கொண்டே வந்தான். மாமா அவனைக் கடைக்கு வரச் சொன்னார்கள் என்றாள் மீனா.

"மீனா! அப்பா என்னைக் கடைக்கு வா, கடைக்கு வான்னு தொந்தரவு பண்ணுதா. அங்க போயி சும்மாவே உக்காந்திருக்க வேண்டியிருக்கு. கல்லாவுல அப்பா உக்காந்திருவா. அண்ணன், கிட்டு மாமா, தட்சிணா, ரங்கனாதன்னு சேல்ஸுக்கும் ஆட்கள் இருக்காங்க. பேங்குக்கெல்லாம் அண்ணன் போயிட்டு வந்திருதான். இதுல நான் போயி என்ன செய்யிறது?"

"நீங்களும் ஆளோட ஆளாப் போயி உக்காந்துட்டு வந்தா என்ன? எப்பமும் பொஸ்தகம் படிச்சுக்கிட்டே இருந்தா போதுமா? மாமாவும் நீங்க கடையில வந்து இருக்கலைன்னு வருத்தப் படுதாஹள்ளா. நம்ம வீட்டுத் தொழில், அதைக் கவனிக்க வேண்டாமா?"

"எத்தன தடவச் சொல்லுதது? கடையக் கவனிக்கத்தான் அத்தன பேரு இருக்காங்களே"

"நீங்களும் கூடமாடச் சேர்ந்து ஒழைச்சீங்கன்னாதான் நமக்கு மரியாதை. இல்லேன்னா சும்மா உக்காந்து திங்காங்கன்னு யாராவது சொல்லிட்டா, என்ன பண்ணுதது?"

"மீனா! மத்தவங்க என்ன நெனப்பாங்கன்னு நாம வாழ முடியாது"

அதற்கு மேல் மீனாட்சி பேசவில்லை. சரோஜாவை இறுக்க அணைத்துக்கொண்டே நடந்தாள். அவளுக்கு அழுகை வந்துவிடும் போலிருந்தது. தொண்டையை அடைத்தது. ஏதோ சிறைக்குள் வந்து மாட்டிக்கொண்ட மாதிரி

இருந்தது. அத்தை, மாமா, ராஜி அக்கா, அத்தான் எல்லாரும் அவளிடம் பிரியமாகத்தான் இருக்கிறார்கள். என்றாலும் சோமு வேலையில்லாதவன் போல் வீட்டிலேயே அடைந்து கிடப்பது அவளுக்குத்தான் உறுத்தலாக இருந்தது.

"நான் எங்கியாவது வேலைக்கிப் போகட்டுமா?" என்று கேட்டாள் மீனாட்சி.

சோமு சிரித்தான். "வேலைக்கிப் போகணுமா? எந்த வேலைக்கிப் போவே?" என்று சிரித்துக்கொண்டே கேட்டான்.

"ஏன், எம்ப்ளாய்மெண்ட் ஆபீஸ்லே போயி எழுதி வச்சா வேலை கெடைக்காதா?"

"அம்மா, அப்பாவெல்லாம் உன்னை வேலைக்கு விட மாட்டாங்க. எதுக்கு உனக்கு இந்த யோசனை எல்லாம்?"

"நீங்களும் எங்கியும் போக மாட்டேங்கிறீங்க. எனக்கு ரெண்டு பேரும் வீட்டுல சும்மா உக்காந்து தின்னுக்கிட்டு இருக்க மாதிரி இருக்கு"

"மொதல்ல ஒங்க அப்பாவுக்கு இந்த விஷயம் தெரிஞ்சுதுன்னா வீட்டுல பெரிய சண்டையே வந்துரும்"

"எங்க அப்பா கேட்டா நான் சொல்லிக்கிடுதேன்"

"கூத்தியார் குண்டு பண்ணையார் மக நீ, ஒன்னை யாரு வேலைக்கு விடுவா? பேசாம இரு மீனா" என்றான் சோமு. சோமுவுக்குத் தான் கடைக்குப் போகாமல் வீட்டிலேயே இருப்பது உறுத்தலாக இல்லை. இது நம் வீடு. நம் வீட்டில் நாம் இருக்கிறோம் என்று உரிமையுடன் நினைத்தான். சீதா பவனத்தை நெருங்கும்போது, காம்பவுண்டுக்குள் கள்ளபிரான் மாமா சைக்கிளை ஸ்டாண்ட் போட்டு நிறுத்திப் பூட்டிக் கொண்டிருந்தான். அவனைப் பார்த்ததும் சோமுவுக்குச் சந்தோஷமாக இருந்தது. கள்ளபிரான் மாமா கோச்சடையில் இருந்தான். மாதத்துக்கு ஒன்றிரண்டு நாள் சீதா பவனத்துக்கு வந்துவிட்டுப் போவான். அப்படி அவன் வந்தால் அன்று அவனுக்கு நைட் டூட்டியாக இருக்கும். கோச்சடை மில்லில்தான் வேலை பார்த்தான். ஒரு காலத்தில் பெரிய கம்யூனிஸ்ட்டாக இருந்தவன், இப்போது அதையெல்லாம் விட்டுவிட்டான். நெற்றியில் எப்போதும் குங்குமப் பொட்டு இருக்கும். சிவாஜி படத்துக்கு முதல் நாளே போய்விடுவான். கல்யாணமே செய்து கொள்ளவில்லை. முகத்தில் உதடுகளிலும், கைகளிலும் வெண் குஷ்டம் பரவி இருந்தது. அதனால்தான் அவன் திருமணம் செய்துகொள்ளவில்லை என்று பேச்சு உண்டு.

அவனுக்கும், சோமுவுடைய அப்பா சுப்பிரமணிய பிள்ளைக்கும் சேதுவாய்க்கால்தான். சுப்பிரமணிய பிள்ளை அவனுக்கு மாமா முறை அவர்தான் கள்ளபிரானுக்குக் கோச்சடை மில்லில் வேலை வாங்கிக் கொடுத்தார். அந்த விசுவாசம் அவனுக்கு எப்போதும் இருந்தது. அவன் சோமுவும், மீனாட்சியும், சரோஜாவும் வருவதைப் பார்க்கவில்லை. அழிக் கதவுக்கு வெளியே நின்று, “அத்தை... அத்தை” என்று கூப்பிடவும், அவனுடைய தோளில் சோமு கையைப் போடவும் சரியாக இருந்தது. கள்ளபிரான் திரும்பிப் பார்த்தான். சோமு. பக்கத்தில் மீனாட்சியும் சரோஜாவும். அவர்களைப் பார்த்துச் சிரித்துக்கொண்டே, “மாப்பிள்ளே! எங்க ரெண்டு பேரும் போயிட்டு வாரீங்க?” என்று கேட்டான்.

“நான் கோபால் பிள்ளைத் தாத்தா வீட்டுக்குப் போயிட்டு வந்துக்கிட்டிருந்தேன். வார வழியிலே இவ சரோஜாவைத் தேடி வந்துக்கிட்டிருந்தா,” என்றான் சோமு. சரோஜா கள்ளபிரானைப் பார்த்து எச்சில் வடியச் சிரித்தாள். அதற்குள் வீட்டிற்குள்ளிருந்து ராஜி வந்து அழிக் கதவுத் தாழ்ப்பாளைத் திறந்தாள். கள்ளபிரானைப் பார்த்து, “வாங்க” என்றாள். இரண்டாம் கட்டிலிருந்து சீதாவும் வந்தாள். “வாப்பா” என்றாள்.

சோமுவின் தோளில் கையைப் போட்டவாறே கள்ளபிரான் வந்தான். மீனா சரோஜாவைப் பார்த்து, “யார்கிட்டேயும் சொல்லாமக் கொள்ளாம எங்கியும் போகக் கூடாது...” என்றாள். ராஜி உள்ளே போய்விட்டாள். சீதா, “எங்கம்மா இவளைத் தேடிக் கண்டுபிடிச்சே?” என்று மீனாவிடம் கேட்டாள். “பாக்கியத்து சித்தி வீட்டுக்குப் பேப்பர் ரோஸ் பூவப் பாக்கப் போயிருக்கா அத்தை...” என்றாள் மீனா. “இன்னம அழிக் கதவப் பூட்டித்தான் வைக்கணும்.” என்றாள் சீதா.

கள்ளபிரானும், சோமுவும் மாடிக்குப் போய்விட்டார்கள். மாடி ஹாலில் பெரிய ஊஞ்சல் உண்டு. இரண்டு பேரும் அதில் உட்கார்ந்து பேச ஆரம்பித்தார்கள். மாடி வராந்தா கைப்பிடிச் சுவரில் ஒரு காகம் தன் அலகைச் சுவரில் தேய்த்துக் கூர்மைப் படுத்திக் கொண்டிருந்தது. எங்கேயோ வெங்காய வியாபாரி கூவிக்கொண்டு போனான். மீனா படியேறி கள்ளபிரானுக்குத் தண்ணீர் கொண்டு வந்தாள். “அப்பா! என்ன வெயில்! காலையி லேயே இப்படி அடிக்குதே” என்று சொல்லிக்கொண்டே அண்ணாந்து தண்ணீரைக் குடித்தான். தம்ளரை மீனாவிடம் கொடுக்கும்போது, “கூத்தியார் குண்டுல அப்பா, அம்மா, தங்கச்சி எல்லாம் சௌக்கியமா மீனா?” என்று கேட்டான்.

“எல்லாரும் நல்லா இருக்காங்க சித்தப்பா... ஒங்க அப்பா, அம்மா எல்லாம் சௌக்கியம்தான?” என்று கேட்டாள்.

“இருக்காங்க இருக்காங்க. ரெண்டு பேருக்கும் வயசாயிட்டுது. கால்வலி எல்லாம் இருக்கு. என்ன செய்ய? ஏன் நின்னுக்கிட்டே இருக்கே? அந்தச் சேரை எடுத்துப் போட்டு உக்காரேன்...” என்றான் கள்ளபிரான்.

“இல்ல சித்தப்பா. துணியெல்லாம் அப்பிடி அப்பிடியே கெடக்கு. தொவைக்கணும். பத்தரை மணிக்கு மேல ஆச்சுன்னா, ராஜி அக்காவே எல்லாத்தையும் எடுத்துப் போட்டுத் தொவைக்க உக்காந்துருவா... என்ன சாப்பிடுதீய? இட்லி எடுத்துட்டு வரட்டா?”

“அதெல்லாம் ஒண்ணும் வேண்டாம்மா. வீட்டுல சாப் பிட்டுட்டுத்தான வாரேன்... இன்னக்கி நைட் ஷிப்ட்... அதான் கெளம்பி வந்தேன்.”

“சரி, சித்தப்பா... சித்தப்பாகிட்டே பேசிட்டுச் சாப்பிட வாங்க” என்று சோமுவிடம் சொல்லிவிட்டு மாடிப்படியை நோக்கிச் சென்றாள் மீனா. அந்தக் காகம் ‘கக் கக்’ என்று சொல்லிக்கொண்டிருந்தது. சோமு காலைத் தரையில் ஊன்றி ஊன்றி ஊஞ்சலை ஆட்டிவிட்டான். ஊஞ்சலின் வேகத்தில் லேசான காற்று வீசியது. மாடியில் கூரை முழுதும் இரட்டை ஓடுகள் வேயப்பட்டிருந்தன. அதனால் வெக்கை குறைவாக இருந்தது.

“ஏ... நீ இன்னும் சாப்பிடாமயா இருக்கே... போயிச் சாப்பிட்டுட்டு வாடே” என்றான் கள்ளபிரான்.

“சாப்பிட்டுக்கிடலாம் மாமா”

“மார்க்ஸியம் எல்லாம் படிச்சுட்டு இருந்தியே? படிச்சு முடிச்சிட்டியா?”

“எங்க முடிக்க? முடிக்கிற சமாச்சாரமா அது?”

“ஒனக்கு எதுக்குடே இதெல்லாம்? பேசாம அண்ணனை மாதிரி கடைக்கிப் போக வேண்டியதுதான? கடைக்குப் போகப் பிடிக்கல்லைன்னா ஏதாவது வேலைக்கிப் போ.”

சோமு பதில் பேசாமல் தரையில் மிதித்து மிதித்து ஊஞ்சலை ஆட்டிக்கொண்டிருந்தான். ஊஞ்சல் சங்கிலிகள் உராய்ந்து சத்தம் எழுப்பின. சிறிது நேரம் கழித்து கள்ளபிரானிடம், “மாமா! நீயும்தான் அதை எல்லாம் படிச்சிருக்கே. தத்துவத்தைப் பத்தி என்ன நெனக்கே மாமா?” என்று கேட்டான் சோமு.

“தத்துவமா? எது, மார்க்ஸீயமா?”

“ஆமா?”

“ஒரே வரியில சொல்லணும்னா ஏட்டுச் சொரக்கா கறிக்கி உதவாது.”

“அப்பம் இதை வச்சித்தான ரஷ்யா, சீனாவிலே எல்லாம் புரட்சி நடந்துச்சு?”

“ஒணக்கு எதுக்குடே புரட்சி, தத்துவம் அது இதெல்லாம்? நீ அரசியல்வாதி ஆகப் போறீயா? அதெல்லாம் நம்ம குடும்பத்துக்கு ஒத்து வருமா?”

“ஏன். . . கோபால் பிள்ளை தாத்தா இருக்காளே?”

“அவஹ காலம் எல்லாம் முடிஞ்சு போச்சு. அவுஹ கட்சி கட்சின்னு அலைஞ்சு போட்டு வீட்டுக்கு என்ன செஞ்சா? ஏதோ அவஹ அப்பா வீடு, வியாபாரம்னு முன்யோசனையா ஏதோ செய்யப் போயி தாத்தாவோட ரெண்டு பையன்களும் தப்பிக் கரை சேந்தாங்க. அவுஹ, குடும்பத்துக்காக ஒரு துரும்பக் கிள்ளிப் போட்டுருப்பாஹளா? சரி, அந்தக் கட்சியிலயும் அவுஹ என்ன பெரிய பதவியிலயா இருந்தாஹ? ஒண்ணுமில்ல” என்றான் கள்ளபிரான்.

“மாமா! தாத்தாவை நீ ரொம்பக் கொறச்சு மதிப்பிடுதே. . . அறுபது எழுபது வருஷமா கொள்கைப் பிடிப்போட ஒரே கட்சியிலே இருந்திருக்காக. ஜனங்களுக்கு நல்லது செஞ்சிருக் காங்கன்னா அது லேசான சமாசாரமா மாமா?”

“தாத்தா ஜனங்களுக்கு என்ன நல்லது செஞ்சுட்டா?”

“எவ்வளவு கூட்டங்கள், போராட்டங்கள்லே தாத்தா கலந்துக்கிட்டுருக்காங்க?”

“எல்லாக் கட்சிக்காரனும்தான் கூட்டம் போடுதான், போராட்டம் நடத்துதான். இதனாலே ஜனங்களுக்கு என்ன நன்மை? அவன் அவன் ஒழைச்சுச் சம்பாதிக்கான். வேலை பாக்கான். தொழில் செய்தான். இதிலே கட்சிக்காரன் ஜனங்களுக்கு என்ன செய்யக் கெடக்கு?”

“அப்போ கோபால் பிள்ளை தாத்தா ஜனங்களுடைய பிரச்னைகளைப் பத்திப் பேசினதுக்கு எந்த அர்த்தமும் இல்லியா மாமா?”

“பேசினா போதுமா? வெறுங்கையாலே மொழம் போட்ட மாதிரிதான். ஏதோ பதவிக்கு வந்து ஆட்சியப் பிடிச்சாலாவது ஏதாவது செய்யலாம். கம்யூனிஸ்ட் கட்சி என்னைக்காவது

பதவிக்கு வந்துருக்கா? வெறும் பஞ்சாயத்து, முனிசிபல் வார்டு கவுன்சிலராவதுக்கே கட்சி ததிங்கிணத்தோம் போடுது மாப்ளே... நமக்கு எதுக்கு இந்த அரசியல் எளவெல்லாம்? இதனாலே சல்லிக் காசுக்குப் பிரயோசனம் இல்ல மாப்ளே. நீ போயிக் குளிச்சிச் சாப்புட்டுட்டு கடைக்கிப் போ. இதெல்லாம் பேசித் தீரக் கூடிய வெசயமில்லே. நான் கீழே போயி அத்தைகிட்டப் பேசிட்டு வாரேன்..." என்று சோமுவின் தோளில் தட்டிச் சொல்லிவிட்டு எழுந்தான். சோமுவும் யோசனையுடன் எழுந்து நின்றான். ஊஞ்சல் லேசாக ஆடிக்கொண்டே இருந்தது. அந்தக் காகம் எப்போதோ பறந்து போயிருந்தது.

நாராயணன் மண்டையன் ஆசாரிச் சந்திலுள்ள கம்யூனிஸ்ட் கட்சி ஆபீஸுக்குள் நுழையும்போது சாரு மஜூம்தாரும், கிட்டனும் ஆபீஸின் முன் வராந்தாவில் கிடந்த பெஞ்சில் உட்கார்ந்திருந்த கந்தசாமியிடம் கோபால் பிள்ளையைப் பற்றி விசாரித்துக்கொண்டிருந்தார்கள். கந்தசாமிக்கு வயதாகிவிட்டது. அவ்வளவாகக் காது கேட்காது. பழைய மில் தொழிலாளி. பக்கத்தில் தலை விரிச்சான் சந்தில்தான் அவருடைய வீடு. கிட்டன் ஏதோ கேட்க, அவர் ஏதோ சொல்லிக்கொண்டிருந்தார். நாராயணன் வந்ததும் கிட்டனிடம் என்னவென்று விசாரித்தான்.

"கோபால் பிள்ளை வீடு எங்க இருக்கு?" என்று கேட்டான் கிட்டன்.

"பக்கத்துல தான். நேரே போய் வலதுகைப் பக்கம் திரும்பினா மேலமாசிவீதி வரும். அதிலே ஸ்வீட் லேண்டுக்கு எதிர்த்தாப்பிலே சமையல் பாத்திரம் வாடகைக்கு விடுற கடையும் வீடும் சேர்ந்தாப்பிலே இருக்கும். அந்த மாடியிலேதான் இருக்காங்க. நீங்க யாரு?" என்று கேட்டான் நாராயணன்.

கிட்டன் சாரு மஜூம்தாரைப் பார்த்தான். அவர் ஆங்கிலத்தில், 'கோயமுத்தூரிலிருந்து வருகிறோம்' என்று சொல்லிவிட்டு, 'நன்றி' என்றார்.

சாரு மஜூம்தாரும் கிட்டனும் கோபால் பிள்ளையுடைய வீட்டைக் கந்தசாமியிடம் விசாரித்துக்கொண்டிருக்கும்போதே பீட்டர் கோபால் பிள்ளையுடைய வீட்டை நோக்கி நடக்க ஆரம்பித்துவிட்டான். அங்கேதானே அவர்கள் வர வேண்டும் என்ற நிச்சயம். சாரு மஜூம்தாரும் கிட்டனும் நாராயணன் கை காட்டிய வழியில் நடக்க ஆரம்பித்தார்கள். நாராயணன் யோசித்துக்கொண்டே உள்ளே போய்விட்டான்.

நாராயணனும், சோமுவும் போன பிறகு கோபால் பிள்ளை ஸ்டூலின் மீது சின்ன மருமகள் வைத்துவிட்டுப் போயிருந்த இரண்டு இட்லியைச் சாப்பிட்டார். அவர் சாப்பிட்டு முடிக்கவும் கஸ்தூரி காபியை எடுத்து வரவும் சரியாக இருந்தது. கோபால் பிள்ளை தட்டிலேயே கையைக் கழுவினார். கஸ்தூரி காபியை நுரை பொங்க ஆற்றிக்கொண்டே, "மாமா! சும்மா வார போற ஆட்கள்கிட்டே எல்லாம் பேசிக்கிட்டே இருக்காதீங்க. பேசாமே கதவைச் சாத்திட்டுப் படுங்க. எப்ப பாத்தாலும் யாராவது வந்துக்கிட்டேதான் இருப்பாங்க" என்றாள்.

"இப்பம் தூக்கம் வரலைம்மா. வேற யாரு? சோமுவும் நாராயணனும்தான் வந்துட்டுப் போறாங்க..." ஈஸிசேரில் சாய்ந்து உட்கார்ந்துகொண்டார். அவர் குடித்துவிட்டு வைத்த காபித் தம்ளரைக் கஸ்தூரி எடுத்துக்கொண்டு உள்ளே போனாள். டவுன் பஸ் போகிற சத்தம் கேட்டது. தெருச் சத்தத்தை எல்லாம் கேட்டுக்கொண்டு கண்ணை மூடியிருந்தார். ஏதேதோ ஞாபகங்கள் ஓடிக்கொண்டிருந்தன.

"ஐயா! வரலாங்களா?" என்ற குரல் கேட்டுக் கண்ணை விழித்தார் வாசலில் துரைப்பாண்டியும், புரொபஸர் பாலகிருஷ்ணனும் நின்றுகொண்டிருந்தனர். "அடடே! வாங்க வாங்க" என்றார்.

"ஐயா தூக்கத்தைக் கெடுத்துட்டமோ?" என்றார் பாலகிருஷ்ணன்.

"அதெல்லாம் ஒண்ணுமில்ல, சும்மா கண்ணை மூடிச் சாஞ்சிருந்தேன். வேற ஒண்ணுமில்ல உக்காருங்க உக்காருங்க."

துரைப்பாண்டியும், பாலகிருஷ்ணனும் கட்டிலில் உட்கார்ந்தனர். சுவரில் சாய்த்து வைத்திருந்த மடக்கு நாற்காலி களைக் காட்டி, "அதை எடுத்துப் போட்டுக்கிடுங்க." என்றார் கோபால் பிள்ளை. "சும்மா இதிலயே உக்காந்துக்கிடுதோம்" என்றார் பாலகிருஷ்ணன்.

இரண்டு பேரையும் பொதுவாகப் பார்த்து, "எப்படி இருக்கீங்க?" என்று கேட்டார்.

"நல்லாத்தேன் இருக்கேன்" என்றான் துரைப்பாண்டி. பாலகிருஷ்ணன் உதடு பிரிய முறுவலித்தார். துரைப்பாண்டி அவனியாபுரத்துக்குப் பக்கத்தில் இருந்தான். தியாகராஜா காலேஜில் படித்து முடித்துவிட்டு வேலை தேடிக்கொண்டிருந் தான். துரைப் பாண்டியுடைய அப்பா ராஜபாண்டி தெற்கு வெளி வீதியில் மிட்டாய்க்கடை வைத்திருந்தார். அவர்

திராவிடர் கழகத்தில் தீவிரமாக இருந்தார். எப்போதும் கருப்புச் சட்டைதான் போடுவார். துரைப்பாண்டியைத் தவிர இன்னொரு பெண்ணும் அவருக்கு இருந்தது. பெண் பத்தாவது படிக்கிறாள். அப்பாவைப் போல துரைப்பாண்டிக்கும் கடவுள் நம்பிக்கை எல்லாம் இல்லை.

பாலகிருஷ்ணன் தியாகராஜா காலேஜில்தான் வேலை பார்த்தார். பிஸிக்ஸ் ப்ரொபஸர். திருமணம் செய்துகொள்ள வில்லை. மேலமாசி வீதியில் ஆ. ஜெகவீரபாண்டியனாரின் கண்ணகி அச்சகத்துக்கு அடுத்த வீடுதான் அவருடையது. வீட்டில் வயதான தாயும், தம்பியுடைய குடும்பமும் இருக்கிறது. அவருடைய தம்பி கோலப்பன் லோகல் பண்ட் அக்கவுண்ட்ஸில் வேலை பார்த்தான். ஒரே ஒரு பெண் குழந்தை இருக்கிறது. துரைப்பாண்டி படித்த காலேஜில் அவரும் வேலை பார்த்ததால், கல்லூரிக் காலத்திலிருந்தே அவருக்கும் அவனுக்கும் நல்ல பழக்கம். இரண்டு பேரும் ஒன்றாகவே சார்மினார் சிகரெட் பிடிக்கிற அளவுக்கு நெருக்கம். பாலகிருஷ்ணனுக்கு எப்போதும் வேர்த்துக் கொட்டும். அதனால் சட்டையிலுள்ள மேலிரண்டு பொத்தான்களையும் போடவே மாட்டார். இரண்டு பேருமே எப்போது நேரம் கிடைத்தாலும் கோபால் பிள்ளையைப் பார்க்க வந்துவிடுவார்கள். இரண்டு பேருக்குமே அவர் மீது நல்ல மரியாதை இருந்தது.

அவர்களைப் பார்த்ததும், சாப்பிட்டதும் ஏற்பட்ட அயர்ச்சி கோபால் பிள்ளைக்குப் போய்விட்டது. மீனாட்சி அம்மன் கோவிலில் நடக்கிற திருவிழாவைப் பற்றிப் பேச்சுவந்தது.

"பெரியார் எவ்வளவோ பிரச்சாரம் பண்ணியும் கோயில்ல கூட்டம் கொறயலையே" என்றான் துரைப்பாண்டி.

"இவ்வளவு தூரத்துக்கு விஞ்ஞானமெல்லாம் வளர்ந்திருக்கு. ஆனால் ஜனங்களுக்கு நாளுக்கு நாள் பக்தி கூடிக்கிட்டேல்லா போகுது!" என்றார் பாலகிருஷ்ணன்.

"விஞ்ஞான வளர்ச்சி அதிகரிச்சா பக்தி குறைஞ்சிரும்னு சொல்ல முடியாது. ஐரோப்பா, அமெரிக்காவிலே இல்லாத விஞ்ஞான வளர்ச்சியா? ஏன் ரஷ்யாவிலே புரட்சி நடந்த பூமி. அங்கேயே மக்களுடைய மத நம்பிக்கைகள் குறையலியே!" என்றார் கோபால் பிள்ளை.

"அதனாலேதான் சைனாவிலே மாசேதுங் கலாச்சாரப் புரட்சின்னு தனியா ஒரு புரட்சியை நடத்த ஆரம்பிச்சிட்டார்," என்றான் துரைப் பாண்டி.

“ஜனங்களோட நம்பிக்கைகளை அவ்வளவு லேசிலே மாத்திர முடியாது. கடவுள் நம்பிக்கையை வளர்க்கிற மாதிரி விஞ்ஞான நம்பிக்கையை வளர்க்கணும். மக்களுக்கு விஞ்ஞான அறிவைக் கத்துக் குடுக்கணும், இதுக்கு ஒரு தனி இயக்கமே வேணும்.” என்றார் கோபால் பிள்ளை.

“ஒங்க யூனியன்லே இருக்கற மில் ஒர்க்கர்ஸ்ஸே, ஒரு பக்கம் கம்யூனிஸ்ட்டாகவும் இருந்துக்கிட்டு, குடும்பத்தோட கோயிலுக்கும் போறாங்களே” என்றார் பாலகிருஷ்ணன்.

“எங்க வீட்டிலேயே என் மகன்கள், மருமக்கமார்கள் எல்லாம் சாமிகும்பிடுதாங்க. எல்லா விரதங்களும் இருக்காங்க. என்னாலே என் குடும்பத்தையே மாத்த முடியலியே... என்ன செய்யிறது?” என்றார் கோபால் பிள்ளை. அதைக் கேட்டு அவர்கள் இருவருமே சிரித்தனர். “யாரையும் அவ்வளவு லேசுல மாத்திர முடியாது.” என்றார் கோபால் பிள்ளை. துரைப்பாண்டியும், பாலகிருஷ்ணனும் அவர் கூறியதை ஒப்புக் கொண்டனர்.

பீட்டர், கோபால் பிள்ளை இருந்த மாடிக்கு ஏறுகிற படிக்கட்டின் கீழ்ப்படியில் யாரோ வழிப்போக்கனைப் போல உட்கார்ந்திருந்தான். சாரு மஜூம்தாரும் கிட்டனும் எதிர்ச்சாரியிலிருந்த ஸ்வீட்லேண்டில் விசாரித்து விட்டு சாலையைக் கடந்து அங்கே வந்தனர்.

பீட்டர் எதிர்பார்த்தபடியே அவனிடம் வந்து கோபால் பிள்ளையைப் பற்றி விசாரித்தனர். பீட்டர் மாடியைக் கைகாட்டி, உடம்பை ஒதுக்கி வழிவிட்டான். சாரு மஜூம்தார் முதலில் ஏறினார். அவர் பின்னால் கிட்டன் சென்றான். யாரோ படியில் வருகிற சத்தம் கேட்டு மூவருமே வாசலைப் பார்த்தனர். சாரு மஜூம்தார் வாசலருகே நின்று, ஆங்கிலத்தில், ‘கோபால் பிள்ளையைப் பார்க்க வேண்டும்’ என்றார். கோபால் பிள்ளை, “உள்ளே வாங்க. நான்தான் கோபால் பிள்ளை.” என்று ஆங்கிலத்தில் பதில் சொன்னார். சாரு மஜூம்தார் வேகமாக உள்ளே வந்து கோபால் பிள்ளையின் கழுத்தைச் சுற்றிக் கைகளைப் போட்டுத் தழுவினார்.

“நான்தான் சாரு மஜூம்தார்.” என்றார். பாலகிருஷ்ணனும் துரைப்பாண்டியும் ஆச்சரியத்தில் எழுந்து நின்றனர். கிட்டன் கதவோரத்தில் நின்றுகொண்டிருந்தான். துரைப்பாண்டியும், பால கிருஷ்ணனும் சுவரில் சாத்தியிருந்த மடக்கு நாற்காலிகளை விரித்துப் போட்டு, அவர்களை உட்காரச் சொன்னார்கள்.

10

"உக்காருங்க! ஆச்சரியமா இருக்கே! ஏது இவ்வளவு தூரம்?" என்றார் கோபால் பிள்ளை.

"உங்களைப் பார்க்கத்தான் வந்தேன். பதினைஞ்சு வருஷத்துக்கு முந்தி மதுரையிலே பிளீனம் நடந்தப்போ வந்திருந்தேன். உங்களைப் பார்த்துப் பேசியிருக்கேன்... ஞாபகம் இருக்கா?" என்று கேட்டார் சாரு மஜூம்தார். கோபால் பிள்ளையின் நெற்றி சுருங்கியது. சாரு மஜூம்தாரையே உற்றுப் பார்த்தார். ஞாபகம் வரவில்லை. பால கிருஷ்ணனும் துரைப்பாண்டியும் அவரைப் பார்த்த ஆச்சரியத்தில் உறைந்து போயிருந்தனர். வியப்பில் அவர்களுடைய கண்கள் அகல விரிந்திருந்தன. கிட்டனையும் உட்காரச் சொன்னார்கள்.

"அப்படியா? ஞாபகமில்லே. வருஷம் ஆகிட்டுதுல்லா. சரி என்ன சாப்பிடுறீங்க?" என்று கேட்டார் கோபால் பிள்ளை.

"ஒண்ணும் வேண்டாம். இப்போதான் சாப்பிட்டோம்"

"சூடா ஏதாவது காபி, டீ"

"சாய் குடுங்க" என்றார் மஜூம்தார். மருமகளிடம் டீ சொல்வதற்காக ஈஸி சேரை விட்டு எழுந்திருந்தார் கோபால் பிள்ளை. எழுந்து நிற்கும்போது தடுமாறியது. சாரு மஜூம்தார் அவர் கையைப் பிடித்துக்கொண்டார். "எதுக்கு உங்களுக்குச் சிரமம்," என்றார்.

"ஒண்ணுமில்ல உக்காருங்க" என்று சொல்லி விட்டு, வீட்டின் உள்வாசல் கதவருகே போய் நின்று, "கஸ்தூரி... கஸ்தூரி" என்று மருமகளைக் கூப்பிட்டார்.

“என்ன மாமா,” என்று கேட்டுக்கொண்டே கஸ்தூரி உள்ளேயிருந்து வந்தாள். “பால் இருக்காம்மா?” என்று கேட்டார். “இருக்கு மாமா,” என்று சொல்லிவிட்டு கஸ்தூரி உள்ளே போனாள். துரைப் பாண்டி சட்டென்று எழுந்து சாரு மஜூம்தாரிடம் தன் பெயரைச் சொல்லி அறிமுகப்படுத்திக் கொண்டான். பாலகிருஷ்ணனும் தன்னை அறிமுகப்படுத்திக் கொண்டார். பாலகிருஷ்ணனைக் காட்டி, “பிஸிக்ஸ் ப்ரொபஸர்,” என்றார் கோபால் பிள்ளை. “துரைப் பாண்டி காலேஜ் முடிச்சிட்டுச் சும்மா இருக்கார்,” என்றார். “ஓ! ஓ!” என்று அந்த அறிமுகங்களைக் கையைக் குலுக்கிக்கொண்டே ஏற்றுக்கொண்டார் சாரு மஜூம்தார்.

கிட்டனைக் காட்டி கோபால் பிள்ளையிடம், “உங்களுக்கு அப்புவைத் தெரியுமா? அப்புவோட அசிஸ்டெண்ட் கிட்டன். எனக்குத் துணையாக அப்பு அனுப்பி வச்சிருக்கார்” என்றார் சாரு மஜூம்தார். கிட்டன் எழுந்து நின்று எல்லோரையும் பார்த்துக் கைகூப்பி வணங்கினான். “உக்காரு... உக்காருப்பா” என்றார் கோபால் பிள்ளை. சாரு மஜூம்தார் வாயைத் திறந்து பேசும்போது அவரிடமிருந்து அடித்த பீடி வாசனையைத்தான் கோபால்பிள்ளையால் சகிக்க முடியவில்லை. எங்கே பீடியைப் பற்றவைத்து விடுவாரோ என்று பயந்தார் கோபால் பிள்ளை.

“மூவ்மெண்ட்டெல்லாம் தடபுடலா போயிக்கிட்டு இருக்குது போல” என்றார் கோபால் பிள்ளை. ‘மூவ்மெண்ட்’ என்ற சொல் மாடிப்படிக்கட்டில் உட்கார்ந்திருந்த பீட்டரின் காதில் விழுந்ததும், கண்ணை இடுக்கிக்கொண்டு கூர்ந்து கேட்க ஆரம்பித்தான். ரெபேக்காள், அடி பம்புக்கு மாட்ட வாஸர் வாங்கி வரச் சொன்னது ஞாபகத்துக்கு வந்தது.

“அது சம்பந்தமா உங்களைப் பார்த்துப் பேசத்தான் வந்தேன்” என்றார் சாரு மஜூம்தார்.

“நான் ஏற்கெனவே பார்ட்டியிலே இருக்கிறேனே” என்றார் கோபால் பிள்ளை.

“எனக்குத் தெரியும்... எனக்குத் தெரியும்” என்று அவசர அவசரமாகச் சொன்னார் மஜூம்தார். “உங்களை மூவ்மெண்ட்லே சேருங்கன்னு சொல்லவில்லை. மேற்கு மாவட்டங்களிலே அப்பு மூவ்மெண்ட்டுக்கு ஆள் சேர்க்கிறேன்னு சொல்லியிருக்கார். ஆந்திரா, கேரளாவிலே எல்லாம் டூர் போயிட்டுத்தான் தமிழ்நாட்டுக்கு வந்தேன். மதுரை பெரிய ஸிட்டி. இங்கே நம்ம மூவ்மெண்ட் கால் ஊன்றணும். அதுக்கு

உங்களுக்குத் தெரிஞ்சவங்களை அறிமுகப்படுத்தினீங்கன்னா போதும்” என்று சொன்னார் சாரு மஜூம்தார்.

“மிஸ்டர் மஜூம்தார், எனக்கு உங்களோட மூவ்மெண்ட்லே நம்பிக்கை இல்லே. நீங்க ஒரு பழைய பார்ட்டி கேடர் என்கிறதாலே என்னோட கெஸ்ட்டா இருக்கிறீங்க. நான் இந்த விஷயத்திலே உங்களுக்கு உதவி செஞ்சா அது கட்சிக்கும், என் நம்பிக்கைகளுக்கும் துரோகம் செய்த மாதிரி ஆகிடும். தயவு செய்து என்னை மன்னியுங்கள். இந்த விஷயத்தில் உங்களுக்கு உதவ முடியாதவனா நான் இருக்கேன்” என்று அழகான ஆங்கிலத்தில் நாகரிகமாக மறுத்தார் பிள்ளை. சாரு மஜூம்தார் ஏமாற்றமடையவில்லை. சிரித்தார். கஸ்தூரி ஒரு தட்டில் எல்லோருக்கும் டீ கொண்டு வந்து கொடுத்தாள். மருமகளைக் காட்டி, “இது என் இரண்டாவது மருமகள்,” என்று சாரு மஜூம்தாரிடம் அறிமுகம் செய்து வைத்தார். கஸ்தூரி நாணம் கலந்த சிரிப்புடன் சாரு மஜூம்தாரின் வணக்கத்தை ஏற்றுக்கொண்டு வீட்டினுள் சென்றுவிட்டாள். ஸ்வீட் லேண்டில் சர்வர் ஆர்டர் சொல்வது கேட்டது.

“என்னோட ‘எய்ட் டாக்குமெண்ட்ஸ்’ பற்றிக் கேள்விப் பட்டிருக்கீங்களா?” என்று சொல்லிக்கொண்டே தோளில் தொங்கவிட்டிருந்த பையிலிருந்து சில சிறு பிரசுரங்களை எடுத்து கோபால் பிள்ளையிடம் கொடுத்தார். “இதோட இன்னொரு செட் அப்புகிட்டே இருக்கு” என்றார். அவற்றை வாங்கிப் புரட்டிப் பார்த்தார் கோபால் பிள்ளை.

“கேள்விப்பட்டதில்லை. இது நீங்க எழுதினதா?”

“ஆமா. கனு ஸன்யாலும் உதவி செஞ்சார்,” என்றார் சாரு மஜூம்தார்.

அந்தச் சிறு பிரசுரங்களைப் புரட்டிக்கொண்டே, “நீங்க எதுக்கு சைனா லைன் எடுத்தீங்க? சைனா நம் நாட்டு மேலே படை எடுத்த நாடு. அதனுடைய நடைமுறை எல்லாம் நமக்கு ஒத்து வருமா?” என்று கேட்டார் கோபால் பிள்ளை.

டீயை உறிஞ்சிக் குடித்துக்கொண்டே “ஆயுதப் புரட்சி ஒண்ணு தான் ஜனங்களோட கஷ்டங்களுக்குத் தீர்வு. சைனா நமக்கு இதிலே நிச்சயம் உதவி செய்யும்” என்றார்.

“மன்னிக்கணும் மஜூம்தார். எனக்கு ஆயுதப் புரட்சியிலே எல்லாம் கொஞ்சம்கூட நம்பிக்கை இல்லை. தெலுங்கானா விலே என்ன நடந்தது? ஆயுதப் புரட்சி அது இதுன்னு நம்ம ஜனங்களை வீணா பிரச்னையிலே மாட்டிவிடாதீங்க”

“ஏன் இப்போ எங்க நக்ஸல்பாரியிலே நடந்திருக்கே”

“அது ஆயுதப் புரட்சியா? நான் நக்ஸல்பாரியிலே நடந்ததை ஏத்துக்கலை. நிலச் சீர்திருத்தம் நடந்தா அங்கே பிரச்னை சரியாகிரும். அங்கே நடந்தது விவசாயிகளுக்கும் நிலச் சொந்தக் காரர்களுக்கும் மத்தியிலே நடந்த குத்தகை தகராறு” என்றார் கோபால் பிள்ளை. சாரு மஜூம்தார் உரக்கச் சிரித்தார்.

“மிஸ்டர் கோபால் பிள்ளை, அதை அவ்வளவு எளிதா ஒதுக்கித் தள்ளிட முடியாது. நீங்க பேசறது உங்க பார்ட்டி லைன். ரொம்ப விவாதிக்க வேண்டிய விஷயம் இது. இந்தியக் கம்யூனிஸ்ட்களாலே ஒண்ணும் சாதிக்க முடியாது. நான் உங்க பார்ட்டியிலே இருந்தவன் தான். யூனியன்லே எல்லாம் ரொம்ப வருஷம் இருந்து அடிபட்டவன் ஒரு கூலி உயர்வுகூட யூனியனாலே வாங்கிக் கொடுக்க முடியல. அதெல்லாம் எதுக்கு? பின்னாடி ஒரு நாள் சமயம் கிடைச்சா இதைப் பத்தி விவாதிப்போம்” என்றார் சாரு மஜூம்தார். சிறிது நேரம் அமைதியாக இருந்தனர். பாலகிருஷ்ணனும் துரைப்பாண்டி யும் கோபால் பிள்ளையிடமிருந்து சாரு மஜூம்தார் கொடுத்த சிறு பிரசுரங்களை வாங்கிப் புரட்டினர். துரைப்பாண்டி, “நான் உங்களுக்கு உதவலாமா?” என்று கேட்டான். கோபால் பிள்ளை ஆச்சரியத்தோடு அவனைப் பார்த்தார். பாலகிருஷ்ணனும், “ஸார் சொல்றதிலே நியாயம் இல்லைன்னு சொல்ல முடியாது” என்று சொன்னார். “என்ன உதவி ஸார் வேணும்?” என்று மறுபடி கேட்டான் துரைப்பாண்டி.

சாரு மஜூம்தார் அந்தப் பிரசுரங்களைக் காட்டி, “இது தான் என் கட்சியோட அடிப்படைக் கொள்கை. இந்த ஆவணங்களை நீங்களே வைத்துக்கொள்ளலாம். இதைப் படித்து இதை நீங்கள் பிரச்சாரம் செய்யணும். முதலில் ஒரு ஸ்டடி சர்க்கிள் ஆரம்பிக்கணும். இந்த ஆவணங்களை எல்லாரும் படிச்சு விவாதித்து இணையணும். இதுதான் இப்போதைக்குத் தேவை. அப்புவும் உங்களைத் தொடர்பு கொள்வார். உங்கள் முகவரி வேண்டும்” என்றார். பால கிருஷ்ணனும் துரைப்பாண்டியும் அதற்குச் சம்மதித்தனர். தங்கள் முகவரியை எழுதிக் கொடுத்தனர். கோபால் பிள்ளை, “நல்லா யோசிச்சுச் செய்யுங்க” என்று அவர்களைப் பார்த்துச் சொன்னார்.

“ஸ்டடி சர்க்கிள்தானே ஆரம்பிக்கணும்ன்னு சொல்றார்” என்றார் பாலகிருஷ்ணன். கோபால் பிள்ளைக்கு அது சரியாகப் படவில்லை.

சாரு மஜூம்தாருக்கு ரொம்பச் சந்தோஷமாக இருந்தது. அவர்களின் சம்மதத்திற்காக அவர்களுடைய கைகளைக் குலுக்கினார்.

“சரி! கடைசியிலே உங்க கட்சிக்கு ஆளைப் பிடிச்சிட்டீங்க” என்று கேலியாகச் சொன்னார் கோபால் பிள்ளை. சாரு மஜூம்தார் சிரித்தார்.

“மதுரையிலே எங்கே தங்கியிருக்கீங்க?” என்று விசாரித்தார் கிட்டனிடம்.

“எங்கேயும் தங்கலைங்க ஐயா. காலையிலேதான் கோயமுத்தூர் லேருந்து வந்தோம். ஹோட்டல்லே சாப்பிட்டு விட்டு நேரா இங்கேதான் வாறோம்” என்றான் கிட்டன்.

“இங்கே எத்தனை நாள் தங்கப் போறீங்க?” என்று சாரு மஜூம்தாரிடம் கேட்டார்.

“இன்றைக்கே நான் கல்கத்தா போகணும். கல்கத்தாவுக்கு இங்கே இருந்து ரயில் இருக்கா?”

“இங்கே இருந்து கல்கத்தாவுக்கு நேரே வண்டி கிடையாது. மெட்ராஸ் போய்த்தான் போகணும்” என்றார் பாலகிருஷ்ணன்.

“பரவாயில்லே. அப்படியே செய்கிறேன். உங்களை எல்லாம் சந்தித்ததிலே ரொம்ப சந்தோசம்... நீங்க என்னோட இணைந்ததற்கு நன்றி” என்று பாலகிருஷ்ணனையும் துரைப்பாண்டியையும் பார்த்துச் சொன்னார் சாரு மஜூம்தார். கோபால் பிள்ளையைப் பார்த்து எழுந்து நின்று கைகூப்பினார். பாலகிருஷ்ணன் சாரு மஜூம்தாரைத் தன் வீட்டுக்கு அழைத்தார். அவர்கள் கிளம்புகிறார்கள் என்றதும் மாடிப் படிக்கட்டில் உட்கார்ந்திருந்த பீட்டர் வேகமாக எழுந்து பிளாட்பாரத்தில் போய் நின்றுகொண்டான்.

பாலகிருஷ்ணனும் துரைப்பாண்டியும் சாரு மஜூம்தாருடன் படியிறங்கி வந்துகொண்டிருந்தனர். சாரு மஜூம்தாரை வழியனுப்ப படிக்கட்டு வாசல் வரை கோபால் பிள்ளை வந்தார். பாலகிருஷ்ணனும் துரைப்பாண்டியும் ஏதோ பெரிய சிக்கலில் மாட்டப் போவது போல் தோன்றியது. நான்கு பேரும் கீழே இறங்கிச் செல்வதைச் சிறிது நேரம் மாடி வாசலில் நின்று பார்த்துக்கொண்டே இருந்தார். பிறகு உள்ளே வந்தவர் மேஜை மீது இருந்த டைம் பீஸைப் பார்த்தார். மணி பதினொன்று இருபதாகியிருந்தது. கீழே தெருவில் பஸ் போகிற சத்தம் கேட்டது. ஈஸி சேரில் உட்கார்ந்தார்.

மாடியை விட்டுக் கீழே இறங்கியவர்கள் பிளாட்பாரத்தில் நின்றே பேசிக்கொண்டிருந்தனர். சாரு மஜூம்தார் பாலகிருஷ்ணனிடம், “உங்கள் வீடு எங்கே இருக்கிறது?” என்று

கேட்டார். "பக்கத்தில் தான். உங்களுக்கு நடப்பதற்குச் சிரமமாக இருந்தால் சைக்கிள் ரிக்ஷாவிலேயே போய்விடலாம்" என்றார் பாலகிருஷ்ணன். "ரிக்ஷா வேண்டாம். நடந்தே போகலாம். நான் கொஞ்சம் தூங்க வேண்டும். நேற்று இரவு பஸ்ஸில் தூங்கவே முடியவில்லை" என்றார் சாரு மஜூம்தார்.

"நீங்கள் வாருங்கள். வீடு பெரிய வீடுதான். சங்கோஜப் படாமல் உங்கள் விருப்பம் போல் வீட்டில் இருக்கலாம். வீட்டில் சமைத்திருப்பார்கள். சாப்பிட்டுவிட்டுத் தூங்கலாம். எனக்கு இன்று விடுமுறைதான். இரவு எட்டு மணிக்கு மெட்ராஸுக்கு ரயில் இருக்கிறது. அதில் உங்களை ஏற்றிவிடும்வரை நீங்கள் என்னுடனே விருந்தாளியாக இருக்க வேண்டும்" என்றார் பாலகிருஷ்ணன். சாரு மஜூம்தார் சிரித்தார். பையிலிருந்து பீடியை எடுத்துப் பற்ற வைத்தார். "உங்களுக்கு ஆட்சேபணை இல்லையே?" என்று கேட்டுக்கொண்டே பீடியைப் பற்ற வைத்தார்.

"நீங்கள் புகை பிடிப்பதுண்டா?" என்று பாலகிருஷ்ண னிடமும் துரைப்பாண்டியிடமும் கேட்டார். "நான் வில்ஸ்தான் பிடிப்பேன் என்றாலும் உங்களுடன் பீடியைப் பகிர்ந்து கொள்கிறேன்" என்று சொல்லிக்கொண்டே அவரிடமிருந்து பீடியை வாங்கிப் பற்ற வைத்தார். துரைப்பாண்டியும் பீடியைக் கேட்டு வாங்கினான். சாரு மஜூம்தாருக்கு ரொம்பச் சந்தோஷமாக இருந்தது.

கிட்டன் ஊருக்குக் கிளம்பலாம் என்று நினைத்தான். பாலகிருஷ்ணனும் துரைப்பாண்டியும் சாரு மஜூம்தாருக்குத் தேவையானதைச் செய்வார்கள் என்ற நம்பிக்கை ஏற்பட்டது அவனுக்கு. அவர்களுடன் நடந்துகொண்டே சாரு மஜூம்தாரிடம், "நான் அப்போ ஊருக்குக் கிளம்பறேன்" என்று கையால் அவரிடம் சைகை செய்து பேசினான். துரைப்பாண்டி சாரு மஜூம்தாரிடம் கிட்டன் கூறியதை ஆங்கிலத்தில் மொழிபெயர்த்துச் சொன்னான். பால கிருஷ்ணன் கிட்டனிடம், "வீட்டுக்கு வந்து சாப்பிட்டுவிட்டுப் போகலாம்" என்றார். "கோபால் பிள்ளை ஐயா வீட்டில் சாப்பிட்ட டீயே கம்முன்னு இருக்கு..." என்று சொல்லி மறுத்துவிட்டுக் கிளம்பினான். சாரு மஜூம்தார் அவனைப் பிளாட்பாரத்திலேயே ஆரத் தழுவி விடை கொடுத்தார். இதையெல்லாம் அவர்களைப் பின்தொடர்ந்து வந்துகொண்டிருந்த பீட்டர் பார்த்தான்.

11

அவர்கள் பேசிக்கொண்டதிலிருந்து அனேகமாக சாரு மஜூம் தாரை ராத்திரி பாண்டியன் எக்ஸ்பிரஸில்தான் அனுப்பி வைப்பார்கள் என்று தெரிந்தது. இரவு வரை பாலகிருஷ்ணன் வீட்டில்தான் சாரு மஜூம்தார் இருப்பார் என்று பீட்டர் முடிவுசெய்தான். வீட்டுக்குப் போய்க் குளித்துச் சாப்பிட்டுவிட்டு ஆபீஸுக்குப் போய் ரிப்போர்ட் கொடுக்கலாம் என்று பீட்டர் நினைத்தான். வீட்டுக்குப் புறப்பட்டான்.

பாலகிருஷ்ணன் வீடு நீளமாகத் தட்டு தட்டாக உள்ளே போய்க்கொண்டே இருந்தது. பாலகிருஷ்ணனும், அவருடைய தம்பி கோலப்பனும் அந்த வீட்டில் வாடகைக்குத்தான் குடியிருந்தார்கள். அவர்களுக்கு அந்த வீடு தாராளமாகப் போதும். தெருவாசலிலிருந்து உள்ளே போனதுமே சதுரமான ஒரு நடை கூடம் இருந்தது. கீழச் சுவரோரத்தில் ஒரு திண்ணை. திண்ணையில் பாலகிருஷ்ணனுடைய அம்மா இருந்தாள். அவளுக்குத் தலை நிற்காது, லேசாக ஆடிக்கொண்டே இருக்கும். நரம்புத் தளர்ச்சி. இரண்டு காதுகளையும் வளர்த்துப் பாம்படம் போட்டிருந்தாள். முன்னத்தம் பல்லெல்லாம் விழுந்துவிட்டது. ஒன்றிரண்டு கடவாய்ப் பற்கள் ஆடிக்கொண்டிருந்தன. இருக்கிற பற்களிலும் உதடுகளிலும் வெற்றிலைக் காவியேறிச் சிவந்து கிடந்தன.

வீட்டினுள் நுழையும்போதே சாரு மஜூம்தார் சட்டையைக் கழற்றித் தோளில் போட்டுக் கொண்டார். பாலகிருஷ்ணன் அம்மாவை அவருக்கு அறிமுகம் செய்து வைத்தார். மஜூம்தார் லேசாகப் புன்முறுவல் செய்தார்.

“அம்மா, இவங்களுக்குக் கல்கத்தா பக்கம்” என்று அவரைக் கை காட்டி அம்மாவிடம் சொன்னார்.

“ஒனக்குத் தெரிஞ்ச ஆளா?” என்று கேட்டாள் மாரியம்மாள்.

“ஆமா! நம்ம வீட்டுக்குச் சாப்பிடக் கூட்டி வந்திருக்கேன்...”

“மவராசனாச் சாப்புடட்டும். ஒன் தம்பி பொஞ்சாதி சமையல் முடிச்சிருப்பா... உள்ள கூட்டிட்டுப் போ...”

“அய்யா! இது ஒங்க வீடு மாதிரி. கூச்சப்படாம இருங்க, சாப்புடுங்க” என்று சாரு மஜூம்தாரைப் பார்த்துச் சொன்னாள்.

தலை மட்டும் நிற்காமல் ஆடிக்கொண்டே இருந்தது. அம்மா உபசாரம் செய்ததை பாலகிருஷ்ணன் அவரிடம் ஆங்கிலத்தில் மொழிபெயர்த்துக் கூறினார். துரைப்பாண்டி பற்கள் தெரியச் சத்தமில்லாமல் சிரித்துக்கொண்டே மாரியம்மாளைப் பார்த்துக்கொண்டு நின்றிருந்தான்.

பெரும்பாலான மேலமாசி வீடுகளுக்கு, முன்புற, பின்புற வாசல்களைத் தவிர ஜன்னலே இருக்காது. ஒரு வீட்டுக்கும், அடுத்த வீட்டுக்கும் இடையே இடைவெளியே இருக்காது. நீளமான வீடுகள். பக்கவாட்டில் இடமே விடாமல், நெருக்கமாகக் கட்டப்பட்ட அந்தக் காலத்து வீடுகள். ஜன்னல்கள் இல்லாததால் வீட்டினுள் எப்போதும் இருட்டாகவே இருக்கும். பாலகிருஷ்ணன் ஒவ்வொரு அறைக்குள் நுழையும்போதும் சுவிட்சைப் போட்டு வெளிச்சத்தைப் பரவ விட்டுக்கொண்டே சென்றார். அந்த வீடு கல்கத்தாவிலுள்ள வீடுகளைப் போலவே இருப்பதாகப் பட்டது சாரு மஜூம்தாருக்கு.

“முகம் கழுவிக்கொள்கிறீர்களா?” என்று அவரிடம் கேட்டார். சாரு மஜூம்தார் தலையை அசைத்தார். அவரைப் பின்புறம் கிணற்றடிக்கு அழைத்துச் சென்றார். துரைப்பாண்டி ஹால்போல இருந்த பெரிய அறையிலேயே நின்றுகொண்டான். ஒன்றிரண்டு முறை அந்த வீட்டுக்கு அவன் வந்திருக்கிறான். அடுப்படிப் பக்கமிருந்து கோலப்பனின் மனைவி வெங்கம்மா வந்தாள். அவனை உட்காரச் சொன்னாள். அந்த அறையின் கீழச்சுவரிலும், மேலச் சுவரிலும் வரிசையாக ஃபோட்டோ பிரேம்கள் மாட்டியிருந்தன. குடும்ப உறுப்பினர்களின் படங்கள், தேசத் தலைவர்களின் படங்கள். எல்லாம் அந்தக் காலத்துப் படங்கள். குழம்பு கொதிக்கிற வாசனை வந்தது.

சாரு மஜூம்தார் முகம் கழுவிக்கொள்ள கிணற்றிலிருந்து பாலகிருஷ்ணன் தண்ணீர் இறைத்துக் கொடுத்தார். குழாய்

தண்ணீர் வராதா என்று மஜூம்தார் கேட்டார். குழாய் இருக்கிறது, அதில் எப்போதும் தண்ணீர் வராது என்றார் பாலகிருஷ்ணன். அவர் முகம் கழுவியதும் துடைத்துக்கொள்ள வீட்டினுள்ளிருந்து வெளுத்த துண்டை எடுத்துக்கொண்டு வந்து கொடுத்தார். காம்பவுண்டுச் சுவரையொட்டி நின்றிருந்த முருங்கை மரத்தில் சாட்டை சாட்டையாக முருங்கைக் காய்கள் காய்த்துத் தொங்கின... அந்தக் காய்களை ஆச்சரியத்துடன் பார்த்தார். அவரையே பார்த்துக் கொண்டிருந்தார் பாலகிருஷ்ணன்.

அவர்களைத் தேடிக்கொண்டு துரைப்பாண்டியும் வந்தான். "சார், முருங்கை காய்ச்சுத் தொங்குறதை ஆச்சரியமாப் பாக்கிறார்" என்றார் பாலகிருஷ்ணன்.

"இவ்வளவு நீளமான முருங்கைக்காயை நான் பார்த்ததே இல்லை" என்றார் சாரு மஜூம்தார்.

"இது யாழ்ப்பாணத்துக் காய். நீளமாகத்தான் இருக்கும்" என்றார் பாலகிருஷ்ணன்.

"ஒங்க ஊருக்குக்கொண்டு போறீங்களா?" என்று கேட்டான் துரைப்பாண்டி.

"பறிச்சுத் தரவா?" என்றார் பாலகிருஷ்ணன்.

"வேண்டாம் வேண்டாம்" என்று மறுத்தார்.

மூவரும் வீட்டினுள் வந்தனர். "வெங்கம்மா, சாப்பிடலாமா?" என்று கேட்டார் பாலகிருஷ்ணன். "எல்லாம் தயாரா இருக்கு. உக்காருங்க" என்றாள். அடுப்படியிலிருந்து தட்டுக்களை எடுத்து வந்தாள். மூவரும் சாப்பிட உட்கார்ந்தனர். சாப்பிட்டு முடித்த பிறகு, சாரு மஜூம்தார் பீடியை எடுத்தார். பீடியையும் தீப்பெட்டியையும் எடுத்துக்கொண்டு கொல்லைப் புறம் போனார். அவர் பீடி குடித்து முடிப்பதற்குள், அவர் படுப்பதற்கு ஏற்பாடு செய்தார் பாலகிருஷ்ணன். பை, சட்டை எல்லாவற்றையும் கட்டிலிலே தலையணைக்குப் பக்கத்தில் வைத்தார் மஜூம்தார். வெறும் பனியனுடன் படுத்தார். சில நிமிடங்களில் தூங்கியும் போனார்.

பாலகிருஷ்ணன் வீட்டிலிருந்த போனிலிருந்து கடைக்குப் போன் போட்டு அப்பாவிடம் பேசினான் துரைப்பாண்டி. ராத்திரி வீட்டுக்கு வர நேரமாகும் என்று தகவல் சொன்னான். பாலகிருஷ்ணனும், துரைப்பாண்டியும் சாரு மஜூம்தார் கொடுத்த துண்டுப் பிரசுரங்களைப் படிக்க ஆரம்பித்தனர்.

பீட்டர் வடக்குமாசி வீதியிலிருந்த ஹார்டுவேர் ஸ்டோரில் வீட்டு அடி பம்புக்குப் போட வாஸர் வாங்கினான். அவசர அவசரமாக வீட்டுக்குப் போய்க் குளித்துவிட்டுச் சாப்பிட்டான். சாப்பிட்டதும் கொட்டாவி கொட்டாவியாக வந்தது. பிள்ளைகள் விளையாடிக்கொண்டிருந்தனர். அவன் வீட்டில் மேஜை இல்லை. நாற்காலியில் கார்ட் போர்டு அட்டையை வைத்து சிறு ரிப்போர்ட் ஒன்று எழுதினான். எழுதும்போது பேனா கசிந்தது. பெருவிரலிலும் மோதிர விரலிலும் மையாக இருந்தது. ரெபேக்காள் பிள்ளைகளைச் சாப்பிடக் கூப்பிட்டாள். ஆனால், அவர்கள் சாப்பிட வருகிற மாதிரி தெரியவில்லை. விளையாட்டில் மும்முரமாக இருந்தார்கள்.

“ஓங்களுக்கு ஒங்க வேலைதான் பெருசு. எப்ப பாத்தாலும் வெளியே போயிருதீங்க. இந்தப் பிள்ளைகளை நீங்க கவனிக்கறதே இல்லை.” என்று சத்தம் போட்டாள் ரெபேக்காள்.

“என்னை என்ன செய்யச் சொல்லுதே. என் வேலை அப்படி... இப்பம் உனக்கு என்ன செய்யணும்?” என்று கேட்டான் பீட்டர்.

“அதுகளைச் சாப்புடச் சொல்லுங்க. நான் சொன்னால் கேட்க மாட்டேங்குதுங்க. காலையில் இருந்து ஒண்ணுமே சாப்பிடாமக் கெடக்குதுக”

“ஏய் லாசர், வசந்தா... ரெண்டு பேரும் சாப்பிடப் போங்க” என்று, ரெபேக்காள் சொன்னதற்காகப் பேருக்குச் சத்தம் போடுகிற மாதிரி சொன்னான். பிள்ளைகள் அவன் சொன்னதைக் காதில் வாங்கின மாதிரியே தெரியவில்லை. பேண்டையும் சட்டையும் எடுத்து அணிந்துகொண்டான். அந்த ரிப்போர்ட்டையும் கையில் எடுத்துக்கொண்டான். “நான் வெளியே போறேன். வர நேரமாகும்.” என்று சொல்லி விட்டு முன்வாசல் கதவைத் திறந்துகொண்டு தெருவில் இறங்கினான். வீட்டுப் பக்கமிருந்து ஆபீஸுக்குச் சரியான பஸ் வசதி கிடையாது. வடக்கு வெளி வீதி போய் பஸ்ஸைப் பிடிக்க வேண்டுமென்றாலும், கொஞ்ச தூரம் நடக்கத்தான் வேண்டும். அதில் யானைக் கல் போய் அங்கிருந்து தெற்குச் சித்திரை வீதி வரை நடந்துதான் போக வேண்டும். ஒரேயடியாக வீட்டிலிருந்து ராமாயணச் சாவடித் தெரு, மொட்டைக் கோபுர வாசல் வழியாகக் கோவிலுக்குள் நுழைந்து போவதுதான் சரி என்று முடிவு செய்து நடக்க ஆரம்பித்தான்.

வடக்கு மாசி வீதியாவது பரவாயில்லை. அகலமான தெரு. ஆனால், இந்த ராமாயணச் சாவடித் தெருவை, தெரு என்று

சொல்வதற்குப் பதிலாகச் சந்து என்றே சொல்லலாம். ரொம்பக் குறுகலான தெரு அது. ஏதோ நினைத்துக்கொண்டே வேகமாக நடந்தான். அது பழக்கமான பாதை. நினைப்பு வேறெங்கோ இருந்தாலும், கால்கள் தானாக நடந்தன. வீட்டிலிருந்து தெற்குக் கோபுர வாசல் பக்கம் இருக்கிற அவனுடைய ஆபீஸுக்கு வந்து சேர முக்கால் மணி நேரமானது.

ஆபீஸின் முன்னால் இரண்டு ஆட்டோக்கள் நின்றிருந்தன. நீளமான வராந்தாவில் வெளி ஆட்கள் நான்கைந்து பேர் நின்று பேசிக்கொண்டிருந்தார்கள். பொதுவாக ஆபீஸ் ஆட்களைத் தவிர வேறு யாரும் வராந்தா பக்கம் நிற்க மாட்டார்கள். வராந்தாவுக்குள் நுழைந்ததுமே, பழைய கட்டடங்களுக்கே உரிய புழுக்கமான வாடையடித்தது. வராந்தா பூராவும் கல்தளம்தான். கீழக் கோடியில் மாடிக்குப் போகிற படிக்கட்டு. மாடிப் படிக்கட்டுகள் செங்குத்தாக இல்லாமல், ரொம்பச் சாய்வாக இருந்தன. படிகளின் விளிம்புகளில் பாதிப்படி அளவுக்கு ஒவ்வொரு படியிலும் அகலமான மரப்பலகை பதித்திருந்தது. மாடியில்தான் அலுவலகம் இயங்கியது. கீழ்த் தளத்தில் மீட்டிங் ஹால் மட்டும்தான்.

பீட்டர் படியேறினான். மாடியில் வலதுபுறம் டி.எஸ்.பி யுடைய அறை. அவருடைய பி.ஏ. ஊர்க்காவலன், அறைக்கு வெளியே தனது இடத்தில் உட்கார்ந்திருந்தார். அவருக்கு எதிரே சிகாமணி உட்கார்ந்திருந்தான். பீட்டர் ஊர்க்காவலனின் முன்னால் போய் நின்று சல்யூட் அடித்தான். ஏறிட்டுப் பார்த்த ஊர்க்காவலன், “என்னப்பா... தொரைகள்... ரிப்போர்ட்டெல்லாம் ஒழுங்காக் குடுக்க மாட்டீகளோ?” என்று கேலியாகக் கேட்டார்.

“ஊர்ல இருந்து மச்சினன் வந்திருந்தான் அதான்...”

“மச்சினன் வந்திருந்தான், மாமன் வந்திருந்தான்னா இங்க சூப்ரெண்டுக்கு யார் பதில் சொல்லுறது? மேலூர் தங்கையா பாண்டியன் ரிப்போர்ட் என்ன ஆச்சு?”

“ரெண்டு தடவை மேலூருக்குப் போயும் அந்த தினத்தந்தி ரிப்போர்ட்டரைப் பார்க்க முடியல. அவன்கிட்டே பேசித்தான் தகவல் எடுக்கணும். அடுத்த வாரம் குடுத்திருதேன் சார்”

“மேலூரை விடு. இந்தத் திடீர் நகர் மதுரைக்குள்ளதானப்பா இருக்கு. மயிராண்டி, அந்த ஆளு ரிப்போர்ட்டைக் குடுக்கதுக்கு என்ன?”

“அதைத்தான் கொண்டு வந்திருக்கேன் சார்”

“எஸ்.பி. நெதசரி என்னைப் புடுங்குதாரு. எப்பம் போன் போட்டாலும் போன்ல இந்தா வாரென்... அந்தா வாரேன்னு போக்குக் காட்டுதே”

“அதுக்குள்ள இந்தச் சாரு மஜூம்தார் அஸைன்மெண்ட் குடுத்துட்டாங்க சார்”

“அதுக்கு என்னை என்ன பண்ணச் சொல்லுதே?” என்று சொல்லிக்கொண்டே ஊர்க்காவலன், பீட்டர் நீட்டிய ரிப்போர்ட்டை வாங்கினார்.

அதில் சீல் வைத்து ரிஜிஸ்டரில் என்ட்ரி எழுதினார். அதுவரை அவருக்கு முன்னால் நின்றுகொண்டிருந்தவன், சற்று நம்பிக்கையோடு அவருக்கு எதிரில் கிடந்த நாற்காலியில் உட்கார்ந்தான். இனிமேல் அவருடைய வேகம் தணியும் என்று நினைத்தான். ஊர்க்காவலனின் தலைக்கு மேல் பார்த்தான். சூப்பிரண்டு அறையில் ஃபேன் சுற்றிக்கொண்டிருந்தது.

“உனக்கும் எனக்கும் என்ன? எனக்கு வெள்ளிக்கெழம ஆனா ரிப்போர்ட் வந்துரணும். இல்ல ரெடி பண்ணலைன்னா அதப் போன்லயாவது சொல்லலாமில்லையா? நீ பாட்டுக்கு மயிரான் மாதிரி இருந்தா, அந்த ஆளு கேட்டா யார் பதில் சொல்லுதது?”

“இனிமே அப்பிடியே நடந்துக்கிடுதேன்”

“சரி போ போ” என்று விரட்டினார். எழுந்து நின்று சல்யூட் அடித்தான் பீட்டர். ஊர்க்காவலன், எதிரே ஒருவன் நிற்கிற மாதிரியே காட்டிக்கொள்ளாமல், எதிரே இருந்த பேப்பர்களுக்குள் மூழ்க ஆரம்பித்தார்.

மாலை வரை சாரு மஜூம்தார் நன்றாகத் தூங்கினார். அதற்குள் பாலகிருஷ்ணனும், துரைப்பாண்டியும் அவர் கொடுத்திருந்த பிரசுரங்களைப் படித்துவிட்டனர். துரைப்பாண்டி ரொம்ப உற்சாகமாக இருந்தான். பாலகிருஷ்ணன் சாரு மஜூம்தார் சொன்னபடி ஸ்டடி சர்க்கிள் அமைக்க எப்படி ஆள் பிடிப்பது என்று யோசித்துக் கொண்டிருந்தார். கூடவே ‘இதெல்லாம் எதற்கு’ என்றும் தோன்றியது. அவர் தூர விலகினாலும், துரைப்பாண்டி அதில் மும்முரமாக இறங்கி விடுவான் போலிருந்தது. அவன் அந்தப் பிரசுரங்களைப் படிக்கும்போதே, அவர் எழுதியிருந்ததைப் பாராட்டிக்கொண்டிருந்தான். அரைக்காலனி, அரை நிலப்பிரபுத்துவம் என்பதெல்லாம் சரிதான். ஆனால் ரஷ்யா,

சீனாவில் நடந்த மாதிரி அவ்வளவு பெரிய நாடு தழுவிய போராட்டத்தைப் பற்றி, எங்கோ மூலையிலுள்ள மதுரையில் இருந்துகொண்டு யோசிக்கவே பாலகிருஷ்ணனுக்கு என்னவோ போலிருந்தது. கோபால் பிள்ளை அண்ணாச்சி நினைப்பது சரிதான் என்று தோன்றியது.

"சார், என்ன யோசிச்சுக்கிட்டு இருக்கீங்க? இதை நான் வீட்டுக்கு எடுத்துட்டுப் போயி இரண்டு மூன்று கார்பன் காப்பி எடுத்திட்டு வாரேன்" என்றான் துரைப்பாண்டி.

"எதுக்குக் கை வலிக்க எழுதிக் காப்பி எடுக்கணும்? திண்டுக்கல் ரோட்டுல இருக்கிற பார்வதி டைப்ரைட்டிங் இன்ஸ்டிட்யூட்லே சைக்லோஸ்டைல் மிஷின் இருக்கு... அதுல கொடுத்து சைக்லோ ஸ்டைல் பண்ணிரலாம். ஆனா, இது வேணுமான்னு யோசிக்கேன்" என்றார் பாலகிருஷ்ணன்.

"எது வேணுமான்னு?"

"அதான், ஸ்டடி சர்க்கிள் ஆரம்பிக்கிறது."

"அப்படின்னா?"

"இந்த அட்டெம்ப்ட் வேணுமா வேண்டாமான்னு கொழப்பமா இருக்குப்பா"

"ஏன் குழம்புறீங்க சார்? ஆள் சேருவாங்களா மாட்டாங்களான்னு யோசிக்கிறீங்களா? அதுக்கு நான் கியாரண்டி சார். என் ஃப்ரெண்ட்ஸ்களே நெறையப் பேர் இருக்காங்க சார். பக்கத்திலேயே நம்ம சோமு இருக்கான்"

"அவம்லாம் பெரிய வீட்டுப் பையன். வர மாட்டான்"

"சார்! ஒங்களுக்குத் தெரியாது. அவன் நெறையப் படிக்கிறவன் சார்! எப்பப் பாத்தாலும் படிச்சுக்கிட்டே இருப்பான். அவன் பிரண்டு சபாபதி கூட வருவான்"

"நீ சொல்றவங்க எல்லாம் பெரிய பணக்கார வீட்டுப் பசங்க" "அதுக்கென்ன சார்? இல்லைன்னா எங்க ஏரியாவுல நெறயப் பையனுக இருக்காங்க. . ." என்றான் துரைப்பாண்டி.

"சரி பாப்பம்" என்றார் பாலகிருஷ்ணன்.

வெங்கம்மா இரண்டு பேருக்கும் காபி கொண்டு வந்தாள். அதை வாங்கிக்கொண்டே, "கோலப்பன் மத்தியானம் சாப்பிட வந்தானா வெங்கம்மா?" என்று கேட்டார்.

“அவுக எப்பயோ வந்து சாப்புட்டுட்டுப் போயிட்டாக. ஒங்க பெரண்டு தூங்கி முழிச்சிட்டாக. அவுகளுக்குக் காப்பிய எடுத்தாரட்டா?” என்றாள்.

“இரு! அவர் முழிச்சிட்டாரான்னு பாக்கேன்...” என்று, சாரு மஜூம்தார் படுத்திருந்த அறைக்குப் போய்ப் பார்த்தார். அவர் எழுந்து உட்கார்ந்து பீடி குடித்துக்கொண்டிருந்தார். இருட்டில், பீடியின் தீக்கங்கு மட்டும் தெரிந்தது. சுவிட்சைப் போட்டார். சாரு மஜூம்தார் சிரித்துக்கொண்டே அவரிடம், “நல்ல தூக்கம்” என்றார்.

மூவரும் பேசிக்கொண்டிருந்தனர். வெங்கம்மா சாரு மஜூம்தாருக்கும் காபி கொண்டு வந்து கொடுத்தாள். அவர், “இது காபியா? டீ தர முடியுமா?” என்று கேட்டார்.

“அதுக்கென்ன? டீ இருக்கு. வெங்கம்மா! டீயே கொண்டுட்டு வா” என்றார் பாலகிருஷ்ணன். அவருடைய அம்மா மாரியம்மா நடை கூடத்துத் திண்ணையிலேயே படுத்துக் கிடந்தாள்.

பாலகிருஷ்ணனும் துரைப்பாண்டியும் அவரது துண்டுப் பிரசுரங்களைப் பாராட்டினார்கள். ‘அதற்குள் படித்து விட்டீர்களா’ என்று சாரு மஜூம்தார் ஆச்சரியப்பட்டார். சாயந்தரம் ஆறரை மணிக்கு ஆபீஸ் முடிந்து கோலப்பன் வந்தான். யாரோ அண்ணனுடைய நண்பர் வந்திருக்கிறார் என்பதால் அவன் பின்வாசல் நடையில் காபி குடித்துவிட்டு, அன்றைய தினசரியைப் படித்துக்கொண்டிருந்தான். அவனுடைய மகள் பள்ளிக்கூடம் விட்டு வந்து நடை கூடத்தில் பாட்டிக்குப் பக்கத்தில் உட்கார்ந்து விட்டுப் பாடம் எழுதிக் கொண்டிருந்தாள். வெங்கம்மாள் கண்ணாடி முன் நின்று தலை சீவிக்கொண்டிருந்தாள்.

ஏழு, ஏழரைக்கெல்லாம் எல்லாரும் தோசை சாப்பிட்டார்கள். சாரு மஜூம்தார் பக்கத்தில் அடித்த பீடி நெடிதான் வெங்கம்மாவுக்குப் பிடிக்கவில்லை. சாப்பிட்ட பிறகு ஸ்டேஷனுக்குப் புறப்பட்டார்கள். சாரு மஜூம்தார் வீட்டிலுள்ள எல்லோரிடமும் சொல்லிக்கொண்டார். பாலகிருஷ்ணனும், துரைப்பாண்டியும் அவரை ரயிலேற்றி விட ஸ்டேஷனுக்கு அழைத்துச் சென்றார்கள்.

12

கூத்தியார் குண்டுப் பிள்ளை என்கிற லெட்சுமண பிள்ளை, வீட்டுக்கு முன்னால் போட்டிருந்த பெரிய கொட்டகைப் பந்தலில், திண்ணைக்குக் கீழே நார்க்கட்டிலைப் போட்டு உட்கார்ந்திருந்தார். அந்த நார்க்கட்டில் எப்போதும் அந்த இடத்தில்தான் கிடக்கும். மழை வந்தால்தான் அதை எடுத்துத் தார்சாவில் போடுவார்கள். வீடு நல்ல உயரமான மோட்டா வீடு. ஒரு பெரிய கல்யாணத்தையே நடத்தலாம். வீட்டுக்கு வலதுபுறம் வில் வண்டி நின்றிருந்தது. முன்பு அந்த வில் வண்டியில்தான் மதுரைக்கெல்லாம் கூத்தியார் குண்டுப் பிள்ளை போவார். மதுரை நகருக்குள் மாட்டு வண்டி வரக் கூடாது என்று போலீஸ் தடை விதித்த பிறகு, அந்த வண்டி சும்மாதான் நிற்கிறது. ஆனால் எப்பொழுதும் பூட்டத் தயாராக இருக்கிற மாதிரி, வேலைக்காரர்கள் அதை அடிக்கடி துடைத்து, சக்கரத்துக்கு மை எல்லாம் போட்டு வைப்பார்கள்.

லெட்சுமண பிள்ளையின் வாய் வெற்றிலையை மென்றுகொண்டிருந்தது. நீளமான தலை முடியை முடிந்து, கொண்டை போடாமல் கழுத்துக்குக் கீழே அப்படியே தொங்கவிட்டிருந்தார். கையில் கட்டியிருந்த ரோமர் வாட்சைத் திருப்பி மணி பார்த்தார். காலை வெயில் அவர் காலடியில் விழுந்தது. அவருக்கு எதிரே நவநீதனும், கந்தனும் கைகளை மார்போடு சேர்த்துக் கட்டியவாறு நின்றுகொண்டிருந்தார்கள். வீட்டுக்குள்ளிருந்து அவருடைய இரண்டாவது கடைக்குட்டி மகள் ஒரு சொம்பு நிறைய காபியும் தம்ளர்களும் எடுத்து வந்தாள். அந்தத் தம்ளர்களில் ஒன்றை அப்பா விடமும், மற்ற இரண்டையும் நவநீதனிடமும், கந்தனிடமும் கொடுத்தாள். அப்பாவின் தம்ளரில் காபியை ஊற்றப் போனவளை லெட்சுமண பிள்ளை கையை நீட்டித் தடுத்து, "அவங்க ரெண்டு

பேருக்கும் மொதல்ல கொடும்மா...” என்றார். கந்தன், “இப்ப எதுக்கய்யா காப்பி?” என்றான். “ஏய் சும்மா குடிப்பா... ரெண்டு பேரும் காலையிலேயே தண்ணி பாச்சக் கெளம்பிப் போயிருப்பீங்கடா: கூச்சப்படாமக் குடியுங்கடா...” என்று சொன்னார். கற்பகம், அப்பா சொன்னதைக் கேட்டுச் சிரித்துக் கொண்டே அவர்களுடைய தம்ளர்களில் காபியை ஊற்றினாள். அவருக்கும் ஊற்றினாள். கருப்பட்டிக் காப்பி மணத்தது.

“என்னம்மா... காலேஜுக்குக்கொண்டு போக வேண்டிய தெல்லாம் எடுத்து வச்சிட்டியாம்மா? சரியா எட்டு மணிக்குக் கெளம்பிருவோம்” என்றார்.

“எல்லாம் நேத்தே எடுத்து வச்சாச்சுப்பா. நான் ரெடியாத் தான் இருக்கேன்.” என்றாள் கற்பகம். காபிச் சொம்புடன் உள்ளே போனாள். நவநீதனும், கந்தனும் சற்றுத் தள்ளி நின்று அண்ணாந்து காபியைக் கொஞ்சம் கொஞ்சமாகக் குடித்துக் கொண்டிருந்தார்கள்.

“சரிடே! அப்பம் தேங்காய் பறிய ரெண்டு மூணு நாள் கழிச்சு வச்சுக் கிடலாம்டே. நான் மதுர வரைக்கியும் போக வேண்டியது இருக்கு போயிட்டு இன்னைக்கி ராத்திரி, இல்லைன்னா நாளை மறுநாள் வந்திருவேன். சின்னவளைக் காலேஜிலே சேக்கணும்... இப்பம் வீட்டுக்குப் போயிட்டு சரியா எட்டு மணிக்கு யாராவது ஒருத்தன் பஸ் ஏத்தி விட வாங்க” என்றார்.

“நானே வாரேன் ஐயா” என்றான் கந்தன்.

“சரி போயிட்டு வா...” என்றார் கூத்தியார் குண்டுப் பிள்ளை. கூத்தியார் குண்டு, ஊர் மெயின் ரோட்டிலிருந்து கால் மைல் தள்ளியிருந்தது. கிழக்குப் பக்கத்திலிருந்து லேசான காற்று நிதானமாக வீசிக்கொண்டிருந்தது. காற்றில் ஈரமான பனை ஓலைகளின் வாசனையும் சேர்ந்து வந்தது. பச்சேரிப் பக்கமிருந்து சேவல் கூவுகிற சத்தம் விட்டு விட்டுக் கேட்டது. கூடவே தெளிவில்லாத பேச்சுக் குரல்களும் கேட்டன.

மதுரை பஸ் ஸ்டாண்டில் கூத்தியார் குண்டுப் பிள்ளை கற்பகத்துடன் வந்து இறங்கும்போது ஒன்பதரை மணியாகி விட்டது. ஒரு மூட்டையில் புளியும், வெங்காயமும், மிளகாய் வற்றலும் போட்டு எடுத்து வந்திருந்தார். பஸ் ஸ்டாண்டில் இறக்குவதற்கு ஆட்கள் கிடைக்கவில்லை. பக்கத்து ஸீட்டில் உட்கார்ந்து வந்தவர் மூட்டையை இறக்கிக் கீழே வைக்க உதவினார். கற்பகம் கையில் கொஞ்சம் பெரிய பெட்டியே

வைத்திருந்தாள். அவருடைய ஒரு செட் கதர் வேட்டியும், சட்டையும் ஒரு துணிப் பையில் இருந்தது.

“பெட்டியைத் தூக்கிக்கிட்டு ஏன் நிக்கே? அதைக் கீழே வையி... நான் போய் ரிக்ஷா பாத்துட்டு வாரேன்” என்றார். கற்பகம் பெட்டியை மூட்டையின் அருகில் வைத்தாள். பஸ் ஸ்டாண்டில் கூட்டம் அவ்வளவாக இல்லை. “நீங்க போயிட்டு வாங்கப்பா. சாமான்கள நான் பாத்துக்கிடுதேன்” என்றாள் கற்பகம். லெட்சுமணப் பிள்ளை ரிக்ஷாவைத் தேடிப் போக பிளாட்ஃபாரத்தை விட்டுக் கீழே இறங்கியதுமே, தலைப்பாகை கட்டிய ஒருத்தன் அவரிடம் வந்து, “அய்யா, வண்டி வேணுமா?” என்று கேட்டான்.

“ஆமா, ரிக்ஷா வேணும். . . மேலமாசி வீதி போகணும்...”

“போகலாமய்யா. நான் வண்டிய எடுத்துட்டு வாரேன்...” என்று நகர்ந்தான்.

“நில்லுப்பா! கூலி எம்புட்டு?”

“ரெண்டு ரூவா குடுங்கய்யா. நானும் ஒண்ணும் அதிகமா கேக்கற ஆளு இல்லய்யா”

“எட்டணா கொறச்சுக்கோ”

அவன் ஊத்தைப் பற்கள் தெரிய லேசாகச் சிரித்தான். “சரிங்கய்யா. ஒங்க விருப்பம் போலக் கொடுங்க...” என்று சொல்லிவிட்டு ரிக்ஷாவை எடுத்து வரப் போனான்.

கற்பகத்துக்கு அப்பா இரண்டு ரூபாய்க்கே ஒத்துக் கொண்டிருக்கலாம் என்று பட்டது. அவள் கட்டியிருந்த பட்டுப் பாவாடையும், தாவணியும் காற்றில் அசைந்தன. தாவணி தோளை விட்டு நழுவியது. அதை இழுத்துப் போர்த்து, முந்தியைப் பாவாடைக்குள் சொருகிக்கொண்டாள். சிறிது தள்ளி சாதிக்காய் பெட்டியைக் கவிழ்த்துப் போட்டு, அதில் கட்டிய பூக்களை வாழை இலை மீது வைத்து விற்றுக் கொண்டிருந்த வயதான பெண்ணிடம், அவள் சுற்றி வைத்திருந்த மல்லிகைப் பூப்பந்தை விலை பேசி லெட்சுமண பிள்ளை வாங்கினார். அதில் ஒரு ஐநூறு பூவை நறுக்கித் தரச் சொன்னார். அந்தத் துண்டைக் கற்பகத்திடம் கொடுத்து, “தலையில் வச்சுக்கோ.” என்றார்.

பூவைத் தலையில் வைத்துக்கொண்டே, “எதுக்குப்பா இம்புட்டுப் பூவு” என்றாள் கற்பகம். “இருக்கட்டும்மா. அங்க வீட்டுல எல்லாருக்கும் வேணும்மா...” என்றார். ஒரு பஸ்

ஹார்ன் அடித்துக்கொண்டே பஸ் ஸ்டாண்டுக்குள் வளைந்து திரும்பிச் சென்றது. அதற்குள் ரிக்ஷா வந்துவிட்டது. ரிக்ஷாக்காரனுடன் சேர்ந்து மூட்டையைத் தூக்கப் போனார் கூத்தியார் குண்டுப் பிள்ளை. அவன், "எதுக்கய்யா? வேண்டாம். நானே தூக்கி வச்சிருவேன்" என்றான். கால் வைக்கிற இடத்தில் மூட்டையைப் போட்டான். பெட்டியைத் தூக்கி மூட்டையின் மீது வைத்துவிட்டுப் "புடுச்சுக் கிடுங்க..." என்றான். கால் வைக்கச் சங்கடமாகத்தான் இருந்தது. அட்ஜஸ்ட் செய்து ஏறி உட்கார்ந்து கொண்டார்கள். டவுன்ஹால் ரோடு வழியாக ரிக்ஷா சென்றது.

சீதாபவனத்தின் முன்னால் ரிக்ஷாவை நிறுத்தச் சொன்னார் கூத்தியார் குண்டுப் பிள்ளை. ரிக்ஷாவை விட்டு இறங்கி, தலைமுடியை அவிழ்த்து இறுக்கமாகக் கொண்டை போட்டார். அவர் அணிந்திருந்த கதர்ச் சட்டையிலிருந்து லேசான வியர்வை வாடை, வெளுப்பு வாசனையுடன் கலந்து வந்தது. சாமான்களை எல்லாம் இறக்குவதற்குள்ளேயே கற்பகம் சீதா பவனத்துக்குள் வேகமாக நுழைந்துவிட்டாள். அவளுக்கு அக்காவையும், அத்தை, அத்தான், பெரிய அக்காவை எல்லாம் பார்க்கிற அவசரம். ரிக்ஷாக்காரன் சாமான்களை எல்லாம் எடுத்து வந்து கூடத்தில் வைத்துவிட்டு, அவரிடம் கூலி வாங்கிக்கொண்டு போனான். சரோஜா உள்ளே இருந்து ஓடிவந்து மூட்டையின் மீது ஏறி உட்கார்ந்துகொண்டு சிரித்தாள். கூத்தியார் குண்டுப் பிள்ளை அவளுடைய முதுகில் தட்டிக் கொடுத்தார். அவருக்குக் கசகசத்தது. உடனே சட்டையைக் கழற்றிப் போட வேண்டும் போலிருந்தது.

உள்ளேயிருந்து சோமு, மீனாட்சி, ராஜி, சீதா எல்லோரும் வந்து அவரிடம் குசலம் விசாரித்தார்கள். கற்பகம், அக்காவின் கையைப் பிடித்துக்கொண்டாள். ஒரே சந்தோஷம் அவளுக்கு. லெட்சுமண பிள்ளையும் எல்லோரையும் விசாரித்தார்.

"அண்ணாச்சி, குளிக்கணும்னா குளிங்க" என்று அவரிடம் சொன்னாள் சீதா.

"குளியல் எல்லாம் காலையிலேயே ஆயாச்சு. என்னமா வெயில் அடிக்கி..." என்றார்.

"சரி! அப்பம் கையக் கழுவிட்டு வாங்க... சாப்பிடலாம்" என்றாள் சீதா.

"எம்மா! கூத்தியார் குண்டுலயே எல்லாம் முடிச்சிட்டுத் தான் பஸ் ஏறினோம். கொஞ்சம் மோர் இருந்தாக் கொடு" என்றார்.

“இருக்கு அண்ணாச்சி. ரெண்டு இட்லி சாப்டுட்டு மோர் சாப்பிடுங்க...” என்று உபசாரம் செய்தாள் சீதா. “இல்லம்மா. மத்தியானம் சாப்பிட்டாப் போச்சு. எங்க போவுது சாப்பாடு? இப்ப மோர் மட்டும் கொடு... போதும்.”

ராஜி, “அத்தைக்கி ஒடம்பு எப்படி இருக்கு?” என்று விசாரித்தாள். “அப்பா! என்னப்பா திடீர்ன்னு கௌம்பி வந்திருக்கீங்க” என்று விசாரித்தாள் மீனாட்சி.

“போன் கூடப் பண்ணலையே மாமா” என்றான் சோமு.

“இன்னும் ரெண்டு மூணு நாள் கழிச்சு வாரதாத்தான் மொதல்ல ப்ளான். லேட் பண்ண, லேட் பண்ண ஒரு வேளை காலேஜ்ல கற்பகத்துக்கு சீட் கெடைக்காமப் போயிடுமோன்னு தோணிச்சு. அதான் கௌம்பி வந்துட்டோம்...” என்றார். ராஜி, பெட்டி, பையை எல்லாம் எடுத்துக்கொண்டு போய் இரண்டாம் கட்டில் வைத்தாள்.

“எம்மா, அக்கா ஒத்தையில தூக்கிட்டுப் போறாளே. நீ எடுத்து வச்சா என்ன மீனா?” என்று மீனாட்சியிடம் சொன்னார் லெட்சுமண பிள்ளை. மீனாட்சி சிரித்தாள். சட்டையைக் கழற்றி மீனாவிடம் கொடுத்து, “இதை உள்ள கொண்டுப் போயி போடு” என்றார். மீனாட்சி சட்டையை எடுத்துக்கொண்டு உள்ளே போனாள். அவளுடன் கற்பகமும் சென்றாள்.

“சரோஜா, கீழே எறங்கு” என்று சொல்லிவிட்டு மூட்டையைச் சுவரோரமாக நகர்த்தப் போனான் சோமு. சரோஜா தலையை ஆட்டி, ‘முடியாது’ என்றாள். சீதா தம்ளரில் மோர் கொண்டு வந்து கொடுத்தாள். அதை வாங்கிக் குடித்தார் லெட்சுமண பிள்ளை. “அம்மா! இவளைக் கீழே எறங்கச் சொல்லும்மா” என்றான் சோமு. சீதா அவரிடமிருந்து காலித் தம்ளரை வாங்கிக்கொண்டு, சரோஜாவைக் கூட்டிக்கொண்டு போனாள். சோமுவும் அவருமாக மூட்டையைச் சுவரோரமாகப் புரட்டி வைத்தார்கள். மொத்த வீடுமே சந்தோஷத்தில் நிறைந்திருந்தது.

13

பீட்டர், சூப்பிரண்டைப் பார்க்க வேண்டும் என்று நினைத்தான். ஊர்க்காவலன் அவனை ஒரேயடியாக விரட்டியிருந்ததால், அவர் எதிரே தலையைத் தொங்கப் போட்டுக்கொண்டு உட்கார்ந்திருந்தான். அவன் எதற்காகவோ உட்கார்ந்திருக்கிறான் என்பதைப் புரிந்துகொண்ட ஊர்க்காவலன், "என்ன? கெளம்பனும்னா கெளம்பு..." என்று அவனைப் பார்த்துச் சொன்னார். அவர் பேசியபோது பீடி வாசனை அடித்தது.

"இல்ல அய்யாவப் பாக்கணும்"

"எதுக்கு?"

"இன்னைக்கிக் காலையில எனக்குக் குடுத்த அஸைன் மெண்டைப் பத்திப் பேசணும்"

ஊர்க்காவலன் அவன் சொன்னது காதில் விழாதது போல, எதிரே இருந்த பேப்பர்களைப் புரட்டிக்கொண்டே இருந்தார். அந்த ஆபீஸில் அப்படித்தான், சக ஊழியர்களை ஒரு பொருட்டாகவே மதிக்க மாட்டார்கள். ஊர்க்காவலன் பீட்டரை மதிக்காததுபோல், ஊர்க்காவலனை அறைக்குள் இருக்கிற சூப்பிரண்டு மதிக்க மாட்டார். அவரை அவருக்கும் மேலே உள்ள ஜாயின்ட் கமிஷனர் மதிக்க மாட்டார். ஜே.சி.யை டி.ஐ.ஜி ஒரு பொருட்டாகவே கருத மாட்டார். இதை எல்லாம் சகித்துக்கொண்டுதான் டிப்பார்ட்மெண்டில் வேலை செய்ய வேண்டும் என்பது மட்டும் எல்லோருக்கும் தெரியும். ஊர்க்காவலனை மீறி நேராகவே போய் சூப்பிரண்டைப் பார்க்கவும் முடியாது. "என்ன மேன், மேனர்ஸ் இல்லையா? நேரா உள்ளே வந்துட்டே?" என்று சூப்பிரண்டே சத்தம் போடுவார். ஊர்க் காவலனின் மேஜை விளிம்பில் ஆள் காட்டி விரலால் தேய்த்துக்கொண்டிருந்தான் பீட்டர்.

“கதவுக்குப் பின்னாலே இருக்குற சுவிட்சைப் போட்டுட்டு வா” என்றார் ஊர்க்காவலன். அவன் எழுந்து போய்க் கதவை ஒருக்களித்துத் திறந்து, பின்னால் சுவிட்ச் போர்டில் இருந்த சுவிட்ச்களை ஒவ்வொன்றாகப் போட்டான். வராந்தா விளக்கு, படிக்கட்டு விளக்குகள் எல்லாம் எரிந்தன. எதிர் மேஜை யிலிருந்த சிகாமணி அவனை ஏறிட்டுப் பார்த்தான். கதவைத் திரும்பவும் பழையபடியே சுவரோடு சுவராகச் சாத்தி நிறுத்தும்போது கதவுக் கீல் நீளமாகச் சத்தம் போட்டது.

பேசாமல் அப்படியே கீழே படியிறங்கிப் போய்விடலாமா என்றிருந்தது. ஏதோ தன்னுடைய சொந்த வேலைக்காக சூப்பிரண்டைப் பார்க்க விரும்பியது போல் ஊர்க்காவலன் நடந்துகொள்கிறாரே என்று நினைத்தான். ஆபீஸ் வேலையாகத் தானே அவரைப் பார்க்க வேண்டும் என்று கேட்கிறோம். பார்க்கலாம், பார்க்க முடியாது என்று பதில்கூடச் சொல்ல மாட்டேன் என்கிறாரே. மெதுவாக நடந்து சென்று அவர் எதிரே திரும்பவும் உட்கார்ந்தான். முகத்தை ஒரு மாதிரி வைத்துக்கொண்டு ஊர்க்காவலன் சூப்பிரண்டு அறையின் கதவைத் திறந்துகொண்டு உள்ளே போனார். போன வேகத்திலேயே திரும்ப வந்தவர், அவனிடம், “போ! வரச் சொல்லுதாரு!” என்றார். சட்டென்று எழுந்து, சூப்பிரண்டு அறைக்குள் நுழைந்தான். தூரத்தில் நின்றே அவருக்கு சல்யூட் அடித்தான். பேப்பர் வெயிட்டைப் ஃபைலின் மீது வைத்துக்கொண்டே, “என்னப்பா?” என்றார் சூப்பிரண்டு.

காலையில் தனக்குக் கோயமுத்தூரிலிருந்து பாலு போன் செய்து சாரு மஜூம்தார் வருகிற தகவலைச் சொன்னது முதல் பாலகிருஷ்ணன் வீட்டுக்கு சாரு மஜூம்தார் சென்றது, பாண்டியன் எக்ஸ்பிரஸில் புறப்பட இருப்பது வரை எல்லா வற்றையும் விரிவாகச் சொன்னான். அவர் அவன் முகத்தைப் பார்க்காமல், ஃபைலைப் பார்த்துக்கொண்டே அவன் சொல்வதைக் கேட்டுக்கொண்டிருந்தார். சாரு மஜூம்தார் பேரைச் சொல்லும்போதெல்லாம் ‘சாரு மசும்தார்’ என்று சொன்னான்.

“கோபால் பிள்ளையை அவர் எதுக்காகப் பார்க்கணும்?” என்று அவனிடம் கேட்கிற மாதிரி தனக்குத்தானே கேட்டுக் கொண்டார் சூப்பிரண்டு.

“கோபால் பிள்ளை இப்பம் தொழில் சங்கம் அது இதுன்னு எதுலயாவது ஆக்டிவா இருக்காராப்பா?”

“இல்லைங்க அய்யா”

“சரி! அவர்கிட்டே எதுக்காக இந்த ஆளு அவரப் பார்க்க வந்தாம்ன்னு கேட்டு விசாரி. அந்த பாலகிருஷ்ணன் யாரு?”

“காலேஜ் வாத்தியார்னு நெனைக்கேன்”

“சரி! அவங்க மூவ்மண்ட்ஸ் என்னன்னு வாச் பண்ணு. இவன் லேசுப்பட்ட ஆளு இல்லே. பெரிய புரட்சிக்காரன். அவன் மதுரைக்கு வந்துட்டுப் போயிருக்கான்னா சும்மா இருக்காது. க்ளோஸா எல்லாரையும் வாச் பண்ணு... தங்கராஜையும் கூட்டிக்கோ. நாளைக்கு தங்கராஜ் உன்னை கான்டாக்ட் பண்ணுவான். ஊர்க்காவலன்கிட்டே சொல்றேன். உஷாரா இன்பார்ம்ஸ கலக்ட் பண்ணி இன்னும் இரண்டு நாள்லே எனக்கு ரிப்போர்ட் வரணும். ஜல்தி!” என்றார்.

சல்யூட் அடித்துவிட்டு அறையை விட்டு வெளியே வந்தான் பீட்டர். ஊர்க்காவலன் நாற்காலியில் சாய்ந்து உட்கார்ந்திருந்தார். அவரிடம் சொல்லிவிட்டுப் புறப்பட்டான்.

சூத்தியார் குண்டுப் பிள்ளையும் கற்பகமும் சீதா பவனத்துக்கு வந்து ஒரு மணி நேரமாகி விட்டது. மணி பதினொன்றிருக்கும். சீதாவும் ராஜேஸ்வரியும் மத்தியானச் சமையலுக்கான வேலைகளில் மும்முரமாக இருந்தனர். மீனாட்சியும் கற்பகமும் பட்டாசலில் உட்கார்ந்து பேசிக் கொண்டிருந்தனர். லெட்சுமணபிள்ளை அங்கே வடக்குச் சுவரோரத்தில் கிடந்த பெஞ்சில் உட்கார்ந்து இரண்டு மகள்களும் பேசிக்கொண்டிருப்பதைப் பார்த்துக்கொண்டிருந்தார். சோமு அறையில் உட்கார்ந்து ஏதோ தமிழ் நாவலைக் கட்டிலில் படுத்திருந்தவாறே வாசித்துக்கொண்டிருந்தான். லெட்சுமண பிள்ளை கற்பகத்திடம், “காலேஜுக்குக் கௌம்பலாமாம்மா? மொதல்ல வந்த வேலைய முடிச்சிருவோம். அக்கா எங்க போயிரப் போறா? இன்னும் மூணு வருசம் இங்க மதுரயிலதான இருக்கப் போற. அப்பறம் பேசிக்கிடலாம். பொறப்படு. மீனா, என் சட்டைய எடுத்துட்டு வாம்மா” என்றார்.

மீனாட்சி எழுந்து அவர்களுடைய அறைக்குள் போய் அவருடைய சட்டையை எடுத்து வந்தாள். கற்பகமும் அக்காவின் பின்னால் போய் டி.சி., எஸ்.எஸ்.எல்.சி. புக், அப்ளிகேஷன் எல்லாம் இருந்த ஃபைலை எடுத்துக்கொண்டு வந்தாள். அந்தப் ஃபைலை நெஞ்சோடு அணைத்துக்கொண்டு சோமுவின் அருகே போனாள். “ஊர்லே இருந்து கொழுந்தியா, மாமனார் எல்லாம் வந்திருக்கோம். எங்களை என்ன ஏதுன்னு கேக்கலை. எப்பமும் பொஸ்தகம்தானா?” என்று கேட்டாள்.

“அதான் வான்னு கேட்டாச்சில்லா” என்றான் சோமு.

“வான்னு கேட்டா போதுமாக்கும்?”

“வேற என்ன செய்யணும்ங்க?” என்று சொல்லிக்கொண்டே புஸ்தகத்தைப் படுக்கையின் மீது வைத்தான். அவள் அவன் முகத்தருகே வேகமாகக் குனிந்து அந்தப் புஸ்தகத்தை எடுத்து தலைப்பைப் படித்தாள். “மயிலாடும் பாறையா? மயிலாடும் பாறைன்னு ஒரு பேரா?” என்று அவள் சொன்னதற்குப் பதில் எதுவும் கூறாமல் சிரித்தான். “நீ படிச்சிருக்கியா?” என்று சிறிது நேரம் கழித்துக் கேட்டான். “நீங்க பெரிய படிப்பாளி. நான் பட்டிக் காட்டுல இருக்கவ. எனக்கு யாரு பொஸ்தகம் தாரா?” என்று ரொம்பப் பெரிய மனுஷி மாதிரி சலித்துக் கொண்டாள். “வேணும்னா இதை எடுத்துட்டுப் போயிப் படி” என்றான். அவள் அணிந்திருந்த பட்டுப் பாவாடை, தாவணியிலிருந்து லேசான தாழம்பூ வாசனை வீசியது.

“நீ ஒன்னோட துணிமணிகளைப் பெட்டியில வைப்பியா பீரோவுல வைப்பியா?”

“எதுக்கு?”

“தாழம்பூ வாசனை வீசுது”

“ஒங்க மூக்கு துப்பறியும் மூக்குதான்” என்று சொல்லிக் கொண்டே, கையிலிருந்த ஃபைலால் அவன் தோளில் தட்டி விட்டுப் பட்டாசலுக்குப் போனாள். கூத்தியார் குண்டுப் பிள்ளை சட்டைப் பொத்தான்களை மாட்டிக்கொண்டிருந்தார். அவர் எங்கோ கிளம்புகிற மாதிரி இருக்கவே உள்ளே இருந்து வேகமாக வந்த சீதா, “என்ன அண்ணாச்சி... எங்க, வந்ததும் வராததுமாப் பொறப்பட்டுட்டீயோ? சாப்பிடாண்டாமா?” என்றாள்.

“எம்மா, எங்கயும் போகல. இவளக் காலேஜுல கொண்டு போயிச் சேக்கணும்லா. அந்த வேலய முடிச்சிட்டு வந்துருதேன்”

“பத்து நிமிசத்துல சமையல் ஆயிரும் அண்ணாச்சி. சாப்பிட்டுப் போங்களேன்”

“எம்மா, இப்பந்தான மோர் குடிச்சேன். போயிட்டு இங்கதான வரப்போறேன்”

“சரி, சீக்கிரம் வந்துருங்க. அவுஹளும் சாப்பிட வந்துருவாஹ...” “யாரு, மச்சினப் பிள்ளதான? வேலய முடிச்சுப் போட்டு ஒடனே வந்திருதேன்” என்று சொல்லிக் கொண்டே வாசலை நோக்கிப் புறப்பட்டவர் மீனாட்சியிடம்,

"மருமகப் பிள்ளைகிட்டயும் சொல்லிரு" என்றார். "சரிப்பா" என்று சொல்லிக்கொண்டே அப்பாவையும், தங்கையையும் வழியனுப்ப வாசல் வரை போனாள். சரோஜா வாசல்படியில் உட்கார்ந்திருந்தாள். அடிபம்பில் தண்ணீர் அடித்துக்கொண்டிருந்த ஆசாரியின் பொஞ்சாதி, அவர்கள் இருவரும் சற்று தூரம் சென்ற பின்பு மீனாட்சியிடம், "என்ன மீனா! அப்பாவும் தங்கச்சியும் வந்திருக்காங்களா?" என்று கேட்டாள்.

"ஆமாக்கா! தங்கச்சி காலேஜ்ல சேரப்போறா" என்றாள். "நடந்தே போறாங்களே?"

"இல்லக்கா. மேலமாசி வீதில போயி ரிக்ஷா பிடிச்சுக்கிடுவாங்க" என்று சொல்லிவிட்டு சரோஜாவை அழைத்துக் கொண்டு வீட்டுக்குள் சென்றாள். அவள் நடைகூடத்தில் வரும் போது, பட்டாசலிலிருந்த டெலிபோன் மணி அடித்தது. வேகமாகச் சென்று போனை எடுத்தாள் மீனாட்சி. மறுமுனையில் யாரோ ஒரு ஆண்குரல், "சோமு இருக்கானா?" என்று கேட்டது. "இருக்காங்க. கொஞ்சம் இருங்க" என்று சொல்லிவிட்டுவிட்டு, "ஏங்க உங்களுக்குத்தான் போன்" என்று சத்தமாகச் சொன்னாள். புஸ்தகத்தை மூடி வைத்துவிட்டு சோமு வேகமாக வந்து அவளிடமிருந்து போனை வாங்கிப் பேசினான்.

"சோமு! நான் துரைப்பாண்டிப்பா!"

"சொல்லுப்பா... எப்படி இருக்கே?"

"நல்லா இருக்கேன்" என்று சொல்லிவிட்டு நேற்று சாரு மஜூம்தார் வந்திருந்ததைப் பற்றி விபரமாகச் சொன்னான். அதைக் கேட்டு சோமு உற்சாகமானான்.

"நாளையிலே இருந்து பாலகிருஷ்ணன் சார் வீட்டிலே வகுப்புகள் நடத்த ப்ளான் பண்ணியிருக்கோம். நீயும் வந்திரு. சபாபதியையும் கூட்டிட்டு வா" என்றான் துரைப்பாண்டி.

"எத்தனை மணிக்கு?"

"ஆறு மணிக்கு வந்துரு"

"சரி வாரேன்" என்றான் சோமு. துரைப்பாண்டி போனை வைத்ததும், உடனே சபாபதி வீட்டுக்குப் போன் செய்தான் சோமு. அவனுக்கு ஏதோ ஒரு பிடிமானம் கிடைத்தது போலிருந்தது. அடடா, இந்தத் துரைப்பாண்டி இப்போது செய்த போனை நேற்றே செய்திருக்கக்கூடாதா? அவரை நேரில் பார்த்திருக்கலாமே என்று ஆதங்கப்பட்டான். அவனிடமிருந்த மார்க்ஸியப் புஸ்தகங்களுக்கெல்லாம் உயிர்வந்த மாதிரி

அவனுக்குத் தோன்றிற்று. புஸ்தக ஷெல்பிலிருந்து கம்யூனிஸ்ட் மேனிஃபெஸ்டோவை எடுத்து வாசிக்க ஆரம்பித்தான். மயிலாடும்பாறை நாவல் கட்டிலின் ஒரு மூலையில் கிடந்தது.

சீதா பவனத்திலுள்ள வீட்டுப் பெண்கள் கூத்தியார் குண்டுப் பிள்ளையும், கற்பகமும் வந்திருக்கிற சந்தோஷத்தில் இருந்தனர். ராஜி, அத்தையிடம், "அத்தை! சித்தப்பாவுக்கு முருக்க வத்தல் ரொம்பப் பிடிக்கும். மாமாவுக்குச் சுண்ட வத்தல் பிடிக்கும். ரெண்டையும் வறுத்திரலாம் அத்தை" என்றாள்.

"ஒன் வீட்டுக்காரனுக்கு கூழ் வத்தல்னா புடிக்குமே அதை விட்டுட்டியே" என்றாள் சீதா. ராஜி தலையைக் கவிழ்ந்து சிரித்துக்கொண்டாள். "அத்தை! எல்லா வத்தலையுமே வறுத்திருங்க" என்றாள் மீனாட்சி. "ஒன் வீட்டுக்காரனை விட்டுட்டியே?" என்றாள் சீதா. "அவுஹ எல்லாம் சாப்பிடுவாஹ" என்றாள் மீனா. சரோஜா பட்டாசல் பெஞ்சில் உட்கார்ந்து கொண்டு, டெலி போனை எடுத்துக் காதில் வைத்து, யாரிடமோ பேசுகிற மாதிரி பாவனை செய்துகொண்டிருந்தாள். அடி பம்பில் யாரோ தண்ணீர் அடித்துக்கொண்டிருந்தார்கள். மேலமாசி வீதியில் டவுன் பஸ் போகிற சத்தம் கேட்டது.

கோபால் பிள்ளை வீட்டில், கீழே வண்டிக்காரன் மொட்டை சமையல் பாத்திரங்களை வண்டியில் ஏற்றிக் கொண்டிருந்தான். கோபால் பிள்ளையுடைய பெரிய மகன் ராமசாமி பிளாட்பாரத்தில் எடுத்து வைக்கப்பட்டிருந்த சமையல் பாத்திரங்களைத் திரும்பவும் ஒரு தடவை சரி பார்த்தார். அவை கோரிப்பாளையத்தில் ஒரு விசேஷ வீட்டுக்குக்கொண்டு செல்லப்பட வேண்டும்.

எத்தனை ஜாரிணிடா?" என்று மொட்டையிடம் கேட்டார் ராமசாமி.

"ஒங்க முன்னாலேதானே எட்டு ஜாரிணியைத் தேக்ஸாவுக் குள்ளே போட்டேன் நீங்க பாத்துக்கிட்டுத்தான இருந்தீங்க?" என்றான் மொட்டை.

14

கூத்தியார் குண்டு லெட்சுமண பிள்ளையும் கற்பகமும் சீதா பவனத்துக்குத் திரும்பும்போது இரண்டு மணியாகி விட்டது. கற்பகத்துக்கு அட்மிஷன் கிடைத்து, ஃபீஸ் எல்லாம் கட்டி விட்டார் லெட்சுமணபிள்ளை. ஹாஸ்டல் ஃபீஸையும் கட்டியாயிற்று. கற்பகம் ஹாஸ்டலிலேயே தங்கிப் படித்துக்கொள்கிறேன் என்று சொல்லி விட்டாள். காலேஜ் இரண்டு நாள் கழித்துத்தான் தொடங்குகிறது.

வழக்கம்போல் செண்பகக் குற்றாலம் முதலிலேயே சாப்பிட்டுவிட்டுக் கடைக்குப் போய் விட்டான். சுப்பிரமணிய பிள்ளை, சம்பந்தி வந்திருக்கிறார் என்று கேள்விப்பட்டு, அவர் வந்த பிறகு சேர்ந்து சாப்பிடலாம் என்று அவருக்காகக் காத்திருந்தார். கூத்தியார் குண்டுப் பிள்ளையும், கற்பகமும் வந்ததும் அவர்களிடம் குசலம் விசாரித்தார். சோமு வீட்டில்தான் இருந்தான். அவன் அவர்களுடைய பேச்சில் கலந்துகொள்ள வில்லை.

சீதாவும், ராஜியும் பட்டாசலிலேயே மூன்று பேருக்கும் சாப்பிட இலை போட்டார்கள். மீனா அடுப்பங்கரையிலிருந்து எல்லாவற்றையும் எடுத்து வந்து வைத்தாள். கற்பகம், அக்காவையும் சாப்பிட உட்காரச் சொன்னாள். மீனா – அத்தையுடனும் அக்காவுடனும் சேர்ந்து சாப்பிட்டுக்கொள்கிறேன் என்று சொல்லிவிட்டாள். சோமு சாப்பிட்டானா என்று லெட்சுமண பிள்ளை விசாரித்தார். அவன் பேரைக் கேட்டதுமே சுப்பிரமணிய பிள்ளைக்கு எரிச்சலாக இருந்தது. "எல்லாம் சாப்பிட்டிருப்பான் சாப்பிட்டிருப்பான்" என்று சொன்னார். சுப்பிரமணிய பிள்ளை சொன்னது ஏதோ இயல்புக்கு மாறாக இருந்தது போல் கூத்தியார்

குண்டுப் பிள்ளைக்குத் தோன்றியது. மச்சினனுடைய முகத்தைப் பார்த்தார். அவர், இலையில் மூத்த மருமகள் பரிமாறுகிறதையே பார்த்துக்கொண்டிருந்தார். மாடியிலிருந்து தடதடவென்று இறங்கி ஓடி வந்த சரோஜா அப்பாவுக்கருகே உட்கார்ந்து கொண்டு உள்ளங்கையை நீட்டினாள். சீதா, "ஏட்டி! ஒனக்கு அம்மா அப்புறம் ஊட்டி விடுதேன். எந்திரி. அப்பா சாப்புட்டுட்டு கடைக்குப் போகட்டும்" என்றாள்.

"சரி சரி, அவ சாப்புடட்டும்" என்றார் சுப்பிரமணிய பிள்ளை.

"பொட்டச்சிக்கி ரொம்ப எடங்குடுக்காதீயோ" என்று சொல்லிக்கொண்டே சரோஜாவின் இரண்டு கையிடுக்கிலும் கைகொடுத்து அவளைத் தூக்கினாள் சீதா.

"இருக்கட்டும் அத்தை. அவ ஆசைப்படுதாள்ளா?" என்று ராஜி சொன்னாள்.

"கிறுக்கு மூதி ஏதாவது பண்ணிரும்" என்று சொல்லிக் கொண்டே அவளை இழுத்துக்கொண்டு போனாள் சீதா. சரோஜாவைக் 'கிறுக்கு மூதி' என்று சொன்னது கூத்தியார் குண்டுப் பிள்ளைக்குச் சங்கடமாக இருந்தது. இதையெல்லாம் கவனிக்காதவர் மாதிரி சுப்பிரமணிய பிள்ளை, அவரையும், கற்பகத்தையும் பார்த்து, "சாப்பிடுங்கத்தான்! கற்பகம், சாப்புடு. இது என்னைக்கியும் நடக்கதுதான்" என்றார்.

அம்மா தன்னிடம் கோபப்பட்டதுகூடத் தெரியாமல், சரோஜா சீதாவின் இடுப்பை இறுகக் கட்டிக்கொண்டாள். பட்டாசலில் மௌனம் நிலவியது. கூத்தியார் குண்டுப் பிள்ளையும், கற்பகமும் பேசாமல் சாப்பிட்டனர். ரசம் விட்டுச் சாப்பிடும்போது சுப்பிரமணிய பிள்ளை, "அத்தான், கற்பகத்தை எதுக்கு ஹாஸ்டல்ல விடப்போறீக? இங்க நம்ம வீடு இருக்கும் போது எதுக்கு ஹாஸ்டல்ல போடணும்?" என்று கேட்டார்.

"நானா சேத்தேன்? ஒங்க மருமகதான் நான் ஹாஸ்டல்லயே இருந்து படிக்கேன்னு சொன்னா" என்றார் கூத்தியார் குண்டுப் பிள்ளை.

"மாமா! ஹாஸ்டல்ல இருந்தாத்தான் படிக்க வசதி" என்றாள் கற்பகம்.

சுப்பிரமணிய பிள்ளை மௌனமாக ரசம் சாதத்தை உறிஞ்சிச் சாப்பிட்டார். மூவரும் சாப்பிட்டுவிட்டு எழுந்தனர். சுப்பிரமணிய பிள்ளை கழுவிய கையைத் துடைத்துக்கொண்டே கடைக்குப் போன் செய்து செண்பகக் குற்றாலத்திடம், "நான்

கொஞ்சம் லேட்டா வருவேன்டா. அத்தான்கிட்டே பேசிட்டு வாரேன். நீ கடையப் பாத்துக்கோ. சத்திரப்பட்டி சேலைக்காரர் வந்தாரா?" என்று கேட்டார்.

"வந்தாரப்பா. அம்பது சேலை குடுத்தாரு. அடுத்த வாரம் வந்து நிலுவையை வாங்கிக்கிடுதேன்னு சொல்லிட்டுப் போனாரு"

"சரி! கிட்டு மாமா சாப்புட்டுட்டு வந்துட்டானா?"

"வந்துட்டான் அப்பா"

"அவன செல்லூர் போயி துண்டை எடுத்துட்டு வரச் சொல்லு."

"சரிப்பா"

ரிஸீவரை வைத்துவிட்டு, மகளிடம் பேசிக்கொண்டிருந்த கூத்தியார் குண்டுப் பிள்ளையிடம் வந்தார். "அத்தான்! மச்சுக்குப் போவோமா? மச்சு கொஞ்சம் குளுகுளுன்னு இருக்கும்" என்றார் சுப்பிரமணிய பிள்ளை. லெட்சுமண பிள்ளை சிரித்துக்கொண்டே அவருடன் மாடிக்குப் படியேறினார். சீதா இரண்டு மருமகள்களையும் சாப்பிட அழைத்தாள். சரோஜா எல்லோருக்கும் முன்னால் சாப்பிட உட்கார்ந்தாள். கற்பகம் சீதாவிடம், "அத்தை நீங்களும் உக்காருங்க. நான் எல்லாருக்கும் பரிமாறுதேன்" என்றாள். சரோஜாவின் பக்கத்தில் ஒருபுறம் சீதாவும், இன்னொருபுறம் மீனாவும் உட்கார்ந்தார்கள். மீனாவுக்குப் பக்கத்தில் ராஜி உட்கார்ந்தாள். கற்பகம் பாவாடையைத் தூக்கிச் சொருகிக்கொண்டு பரிமாற ஆரம்பித்தாள்.

சோமு கம்யூனிஸ்ட் கட்சி அறிக்கையைத் திரும்பவும் எடுத்துப் படித்தான். மாடியில் ஊஞ்சலில் உட்கார்ந்து கொண்டே அத்தானும், மைத்துனரும் பேசிக்கொண்டிருந் தார்கள். ஒரு பத்து நிமிஷம் பேசிக்கொண்டிருந்துவிட்டு சுப்பிரமணிய பிள்ளை கடைக்குப் புறப்பட்டார். கீழே இறங்கி வந்தவர் நேரே சோமு இருந்த அறைக்குச் சென்றார். சோமு அப்பாவைப் பார்த்ததும் புஸ்தகத்தை மூடினான். அவனுக்கு எதிரே நின்றுகொண்டு, "ஏண்டா எப்பமும் புஸ்தகமும் கையுமாவே இருந்தா நமக்குச் சரிப்பட்டு வருமாடா? கடப்பக்கமும் வரமாட்டேங்க. நீ என்ன செய்யப்போற?" என்று கேட்டார். "எனக்குக் கடையெல்லாம் ஒத்துவராதுப்பா. அரசியல்தான் எனக்கு இன்ட்ரஸ்ட்டுப்பா" என்றான் சோமு.

சுப்பிரமணிய பிள்ளை ஆச்சரியப்பட்டார். "என்னடா சொல்லுதே?"

“கச்சியிலே சேரலாம்னு இருக்கேன் அப்பா”

“கச்சியிலே சேந்து என்ன பண்ணப்போற?”

“ஜனங்களுக்கு ஏதாவது செய்யணும்னு தோணுதப்பா”

“அரசியல்லாம் ஒனக்குச் சரிப்பட்டு வராது. நம்ம கையில யாவாரம் இருக்கு. அதக் கவனிக்கத விட்டுட்டு அரசியல் அது இதுங்கிறியே?”

“அதுக்குத்தான் அண்ணன் இருக்கானே”

சுப்பிரமணிய பிள்ளைக்கு என்ன சொல்வதென்று தெரியவில்லை. “அரசியல்ல எல்லாம் சம்பாத்தியம் பண்ணத் தெரியாதுடா ஒனக்கு.”

“நான் சம்பாதிக்கிறதுக்காக அரசியலுக்குப் போகலை”

“பின்ன? சம்பாதிக்காமே என்ன பண்ணப் போறே? ஒனக்குன்னு ஒருத்தி இருக்கா. அவளுக்காகவாவது சம்பாதிக்காண்டாமாடா?”

“அப்பா, எனக்குச் சம்பாத்தியமெல்லாம் பண்ணத் தெரியாதுப்பா. என்னை என் வழியில விட்டுருங்கப்பா”

அதற்குமேல் அவனை வற்புறுத்தினால் கோபித்துக் கொள்வான் என்று தோன்றியது அவருக்கு. எப்படியும் கூத்தியார் குண்டு அத்தான் இரண்டு நாள் இங்கே தான் இருப்பார். அவரிடம் சொல்லி மகனுக்குப் புத்தி சொல்லச்சொல்லலாம் என்று நினைத்தார். “எப்பிடியும் போ” என்று சொல்லிவிட்டு அறையை விட்டு வெளியே போனார்.

கம்யூனிஸ்ட் கட்சி ஆபீஸின் முன்னறையில் நாற்காலிகள் தாறுமாறாகக் கிடந்தன. உட்கார்ந்து பேசிக்கொண்டிருந்த ஆட்கள், அவற்றை அப்படியே விட்டுவிட்டுச் சென்றிருந்தார்கள். அது ஒரு பழைய வீடுதான். கட்சிக்காக வாடகைக்கு எடுத்துப் போட்டிருந்தது. வரிசையாக அறைகள் அடுக்கடுக்காக இருந்தன. முன்னறையில், ஒரு மூலையில் மண்பானையில் தண்ணீர் இருந்தது. சுவர்கள் எல்லாம் காரை பெயர்ந்து விழுந்து செங்கல்கள் தெரிந்தன. சில அறைகளில் ஒட்டப்பட்டிருந்த பழைய கட்சிப் போஸ்டர்கள், கிழிக்கப்படாமலே இருந்தன. ஓரளவு சதுரமாக இருந்த ஒரு அறையில்தான் வடக்கு ஓரத்தில் ஒரு பழைய மேஜையையும் நாற்காலியையும் போட்டு நாராயணன் உட்கார்ந்திருந்தான். வேறு இரண்டு மேஜைகளும்

நாற்காலிகளும் கூடக் கிடந்தன. ஒன்றில் பரமேஸ்வரன் வந்தால் உட்காருவார்.

நாராயணனுக்கு அருகில் ஒரு பழைய ஸ்டீல் பீரோ இருந்தது. அதன் மீது 'செவ்வானம்' என்று எழுதப்பட்டிருந்தது. அதற்குச் சாவி கிடையாது. திண்டுக்கல் ரோட்டிலிருந்த பிரஸ்ஸில்தான் 'செவ்வானம்' அச்சாயிற்று. மாதாமாதம் எப்படியும் பத்து பதினைந்து தேதிக்குள் 'செவ்வானம்' வெளிவந்து விடும். இரண்டு கவிதைகளுக்கான புரூப் பிரஸ்ஸிலிருந்து வந்திருந்தது. அது மேஜை மீது கிடந்தது. மேஜையின் ஒரு ஓரத்தில் கத்தைப் பேப்பர்களை அடுக்கி வைத்திருந்தான் நாராயணன். வீட்டிலிருந்து எடுத்து வந்திருந்த சாப்பாட்டை அப்போதுதான் சாப்பிட்டு முடித்துவிட்டு பாத்திரத்தைக் கழுவி எதிர் மேஜை மீது காய வைத்திருந்தான். ஆபீஸ் செக்ரட்டரி கனகசபை, காலை மேஜையின் மீது போட்டுத் தூங்கிக்கொண்டிருந்தார். அவருக்குப் பின்னால் சுவரிலிருந்த அலமாரியில் பைண்டு வால்யூம்கள் இருந்தன. அவற்றில் ஒரே நூலாம்படையும், தூசியும்.

நாராயணனுக்கு மத்தியானம் சாப்பிட்டதும் ஒரு டீ குடிக்க வேண்டும். டவுன் ஹால் ரோட்டில் போய் டீ குடித்துவிட்டு வருவான். கையில் துட்டு இல்லாவிட்டாலும் நாகராஜ் கடையில் கடன் சொல்லி டீ குடிக்கலாம். டீ குடிப்பதற்காகப் புறப்பட்ட போது சுந்தரி குழந்தையைத் தோளில் போட்டுக்கொண்டு அவசர அவசரமாக உள்ளே வந்தாள். அவளைப் பார்த்ததும் நாராயணனுக்கு ஆச்சரியமாக இருந்தது.

"என்ன சுந்தரி? அவசரமா வாரே"

"பிள்ளைக்கி ஒடம்பு காயுது. மொனங்கிக்கிட்டே இருக்கா. ஒண்ணுமே சாப்பிட மாட்டேங்கா"

"ஏதாவது மருந்து குடுக்க வேண்டியதுதான?"

"வீட்டுலெ எந்த மருந்தும் இல்ல. செல்லம்மக்காகிட்ட அஞ்சு ரூவா வாங்கிக்கிட்டு நாயுடுடாக்டர் வீட்டுக்குப் போனேன். மருந்து எழுதிக் குடுத்திருக்காரு." என்று மடித்து வைத்திருந்த மருந்துச் சீட்டை எடுத்து அவனிடம் கொடுத்தாள். அதை வாங்கிப் பார்த்தான்.

"இதுக்கு எம்புட்டு ஆகும்?"

"தெரியலியே. எப்பிடியும் ஒரு பத்து ரூவா வேணும்" என்றாள்.

"எங்கிட்டவள்ளிசா ரூவாயே இல்லியே?"

“செல்லம்மக்கா குடுத்த அஞ்சு ரூவாயயும் டாக்டர்கிட்ட குடுத்திட்டேன்”

“சரி உட்காரு,” என்று அவளை உட்காரச் சொல்லிவிட்டு, கனகசபையைப் பார்த்தான். அவரிடம் பணம் இருக்குமா என்று யோசித்தான். பிறகு, எஸ். எம். மெடிக்கல்ஸில் கடன் சொல்லிக் கேட்கலாம் என்று தோன்றியது. “சரி, உக்காந்திரு. மெடிக்கல் ஸ்டோர்ஸ்ல போயி கேட்டுப்பாக்கேன்” என்று அவளிடம் சொல்லிவிட்டு வெளியே போனான்.

நல்ல வேளையாக எஸ்.எம். மெடிக்கல்ஸில் செல்லையாவே இருந்தான். முதலாளி சாப்பிட வீட்டுக்குப் போயிருந்தார். செல்லையாவிடம் சொல்லி மருந்துகளை வாங்கினான். மருந்துகளைச் சுந்தரியிடம் கொடுத்தான். “நீ வீட்டுக்குப் போயிருவியா? நான் கூட வரணுமா?” என்று கேட்டான். “இல்ல நான் போயிருவேன்” என்றாள் சுந்தரி. அவளையும், குழந்தையையும் வாசல்வரை வந்து அனுப்பிவைத்தான்.

“சாயந்தரம் சீக்கிரம் வீட்டுக்கு வந்துருங்க” என்று சொல்லிவிட்டு வேகமாக வீட்டுக்கு நடந்தாள். அவள் போவதையே பார்த்துக்கொண்டிருந்தான். திருப்பத்தில் அவள் மறைந்த பிறகுதான் உள்ளே வந்தான். தன் சீட்டில் வந்து உட்கார்ந்தான். கனகசபை இன்னும் தூங்கிக்கொண்டிருந்தார். ஒரு பத்து ரூபாய் காசு கூட இல்லாமல் இருக்கிறோமே என்று நினைத்தான். எத்தனை நாளைக்கு இந்தச் சம்பளத்தில் காலத்தை ஓட்டுவது என்று தோன்றிற்று.

15

சாரு மஜூம்தார் கல்கத்தாவுக்கு வந்து அங்கிருந்து சிலிகுரிக்குப் போய்ச் சேருவதற்குள் நான்கு நாட்களாகிவிட்டன. சிலிகுரியில் அவரைத் தேடி தினமும் போலீஸார் வந்ததாக அவருடைய மனைவி லீலா சொன்னாள். அவர் அப்பாவுடைய உடல்நிலை வேறு ரொம்ப மோசமாக இருந்தது. கம்யூனிஸ்ட் கட்சி நண்பர்கள் உதவக் கூடியவர்கள் தான். ஆனால், அவர்களிடம் உதவி கேட்க சாரு மஜூம்தாருடைய மனம் இடங்கொடுக்கவில்லை. கட்சியிலிருந்து வெளியே வந்துவிட்ட பிறகு அவர்களிடம் போய்க் கையேந்துவது சரியில்லை என்று நினைத்தார். லீலாவுடைய மாமி கோபால்பூரில் இருந்தார். அவரிடம் கேட்டால் உதவி செய்வார் என்று சொன்னாள் லீலா.

“அங்கெல்லாம் நீ போய் அவமானப்பட வேண்டாம்” என்றார். “அப்போ என்னதான் பண்றது?” என்று கேட்டாள் லீலா.

“சிலிகுரி கவர்மெண்ட் ஆஸ்பத்திரியிலேயே சேர்த்திடுவோம்” என்றார்.

“கவர்மெண்ட் கிட்டே உதவி கேக்கறது மட்டும் அவமானமில்லையா?”

“அப்பா, இந்த நாட்டின் குடிமகன்தானே? அவர் சிகிச்சைக்காக சர்க்கார் ஆஸ்பத்திரியிலே சேருகிறது தப்பு ஒண்ணுமில்லே”

லீலாவுக்கு மாமனாருக்கு நல்லவிதமாகச் சிகிச்சை செய்ய வேண்டுமென்று ஆசை. கவர்மெண்ட் ஆஸ்பத்திரி சிகிச்சையில் அவளுக்கு நம்பிக்கை இல்லை. ஆனால், கடைசியில் அவருக்கு சர்க்கார் ஆஸ்பத்திரி சிகிச்சைதான் வாய்த்தது. அப்பாவைக் குதிரை வண்டியில் ஏற்றும்போது அவருடைய பால்ய காலம் ஞாபகத்திற்கு வந்தது. அப்பா அவரைச் சைக்கிளில் பின்னால் வைத்து

பள்ளிக்கூடத்துக்கு ஏற்றிக்கொண்டு போவார். என்ன வேலை இருந்தாலும் சாயந்திரம் பள்ளிக்கூடம் விடுகிற நேரத்துக்கு வீட்டுக்கு அழைத்துச் செல்ல வந்துவிடுவார். அப்பா அவரைக் கடிந்துகொண்டதே இல்லை.

அவரை ஆஸ்பத்திரியில் சேர்த்துவிட்டு வந்த பிறகு வீட்டிற்கு தாரியாகஞ்ச் போலீஸ் நிலையத்திலிருந்து தேடி வந்தார்கள். லீலாவை அப்பாவைக் கவனித்துக்கொள்ளச் சொல்லிவிட்டு போலீஸ்காரர்களுடன் செல்லும் போது இரவு எட்டரை மணிக்கு மேலிருக்கும். ஸ்டேஷனுக்குள் நுழைந்ததுமே இன்ஸ்பெக்டர், “இத்தனை நாளும் எங்கே போயிருந்தாய்?” என்றுதான் கேட்டார்.

“நண்பர்களுடன் இருந்தேன்.”

“நண்பர்களா? யார் அவர்கள்? எந்த ஊரில் இருக்கிறார்கள்?”

“எனக்குப் பல ஊர்களில் பல நண்பர்கள் உண்டு.”

“கனு ஸன்யால் உன்னுடன் வந்தாரா?”

“இல்லை”

“நீ கல்கத்தாவில் இந்து பிரசிடென்சி காலேஜுக்குப் போனது ஏன்?”

“அங்கே எனது நண்பர்கள் இருக்கிறார்கள்”

“நீ சீன விசுவாசியா?”

“இல்லை.”

“நீ தினசரி பீகிங் ரேடியோ கேட்பதாக எங்களுக்குத் தகவல் இருக்கிறது.”

“ரேடியோ கேட்பதில் என்ன தவறு?”

“சீனாவுடன் சேர்ந்து புரட்சி செய்யப் போகிறாயா?”

“எனக்குத் தெரியாது. நீங்கள்தான் சொல்லுகிறீர்கள்.”

“அப்படியானால் இந்தியக் கம்யூனிஸ்ட் கட்சியிலிருந்து ஏன் விலகினாய்?”

“அது என் சுய விருப்பம் சார்ந்தது.”

“நக்ஸல்பாரி கலவரத்தை நீதானே தூண்டிவிட்டாய்?”

“எனக்கும் விவசாயிகளின் எழுச்சிக்கும் சம்பந்தம் இல்லை.”

“அதை நீ ஆதரிக்கிறாயா?”

“ஆம், ஆதரிக்கிறேன்.”

“அப்படியானால் நீ புரட்சிக்காரன் தானே?”

“நான் அடக்கப்பட்டு, ஒடுக்கப்பட்டவர்களின் ஆதரவாளன். நான் இந்த நாட்டில் பெரிய மாற்றத்தைக் கொண்டுவர ஆசைப்படுகிறேன்”

இந்த விசாரணை நள்ளிரவைத் தாண்டியும் தொடர்ந்தது. மூன்று போலீஸ் அதிகாரிகள் மாறி மாறி அவரை விசாரித் தார்கள். அவருக்கு நாவெல்லாம் வறண்டது. குடிக்கத் தண்ணீர் கேட்டார். அந்த விசாரணையை ஒரு ரைட்டர் எழுதிக் கொண்டு வந்து, அவரிடம் அந்தக் காகிதங்களில் கையெழுத்துப் போடச் சொன்னார். அவர் தொழிற்சங்கங்களில் பணிபுரிந்தவர். அதனால் சட்ட விதிமுறைகள் அவருக்குத் தெரியும். அதில் கையெழுத்துப் போட மறுத்தார்.

அந்தப் போலீஸ் அதிகாரிகள் எவ்வளவோ வற்புறுத்தியும் அவர் கையெழுத்துப் போட முடியாது என்று சொல்லிவிட்டார். தினசரி போலீஸ் ஸ்டேஷனுக்கு வந்து, அவர் ஊரில்தான் இருக்கிறார் என்பதை ஊர்ஜிதம் செய்ய வேண்டும் என்றார் இன்ஸ்பெக்டர். அதுவும் முடியாது என்று சொல்லிவிட்டார். நீதிமன்றத்தில் தவிர வேறு எங்கும் ஆஜராக முடியாது என்றார். ‘என்னைத் தொடர்ந்து துன்புறுத்தினால், நான் உங்கள் மீது சட்டபூர்வமாக வழக்குத் தொடர வேண்டியதிருக்கும்’ என்று சொன்னபிறகுதான், அந்த அதிகாரிகள் பின்வாங்கினார்கள்.

போலீஸாரைப் பொறுத்தவரை, அவர்களுக்குச் சட்டம் ஒழுங்குதான் முக்கியம். சாரு மஜூம்தாரால் ஏதும் விவகாரம் வருமோ என்று உள்துறை கருதியது. அவருடைய நடவடிக்கை களை மேற்கு வங்க அரசு கவனமாகத்தான் கண்காணிக்கிறது. ஆனால், அவர் மீது ராஜத்துரோக வழக்குப்போட அரசு யோசித்தது. அவர் மீது பெரிதாக ஏதாவது வழக்குத்தொடரும் வரை அவரை ஒரு கட்டுக்குள் வைக்க அரசு நினைத்தது. அதனால்தான் தாரியாகஞ்ச் ஸ்டேஷனில் அவரை மிரட்டிப் பணிய வைக்க முயற்சி நடந்தது.

சாரு மஜூம்தார், வீட்டுக்கு வரும்போது பொழுது விடிந்து விட்டது. வீட்டுக்கு வந்ததும் வேகவேகமாகச் சிலருக்குக் கடிதங்கள் எழுதினார். அவர்களில் ஒருவர் குன்னிக்கல் நாராயணன். இன்னொருவர் அப்பு. அந்தக் கடிதங்களை சிலிகுரி தபாலாபீசில் போடக்கூடாது என்று முடிவுசெய்தார். அவரே தேநீர் தயாரித்துக் குடித்தார். ஒரு பாத்திரத்தில் லீலாவுக்கும், அப்பாவுக்கும் தேநீரை எடுத்துக்கொண்டு

ஆஸ்பத்திரிக்குப் போனார். இரவு போலீஸ் ஸ்டேஷனுக்குச் சென்று வந்ததை லீலாவிடம் கூறினார். அப்பா நன்றாக உறங்கிக்கொண்டிருந்தார்.

அந்த ஆஸ்பத்திரி ஒரு பிரிட்டீஷ் காலத்துக் கட்டடம். எல்லா நோயாளிகளும் தூங்கிக்கொண்டிருந்தார்கள்.

“லீலா! நான் அலிபுரி வரை போக வேண்டிய வேலை இருக்கிறது”

“எதற்கு?”

“அங்கே போஸ்ட் ஆபீஸில் ஒரு வேலை இருக்கிறது. நீ நர்ஸிடம் சொல்லிவிட்டு வீட்டுக்குப் போய் சாப்பாடு தயார் செய். நான் சீக்கிரம் வந்துவிடுகிறேன்.”

இவ்வளவு காலையில் அலிபுரியில் என்ன வேலை என்று கேட்க நினைத்தாள் லீலா. ஆனால், கேட்கவில்லை. அவரையே பார்த்துக்கொண்டு உட்கார்ந்திருந்தாள். தேநீரைக் குடித்து விட்டு டம்ளரை ஜன்னல் திண்டின் மீது வைத்தாள்.

அன்று சாரு மஜூம்தாரை மதுரைக்கு அனுப்பிவைத்துவிட்டு, அப்பு நேரே தன் கிராமத்துக்குத் திரும்ப முடிவுசெய்தார். அந்த ஊரில் அவருக்கு முக்கியமான வேலை எதுவுமில்லை. இருக்கிற நிலபுலன்களை அம்மாதான் நிர்வகித்து வந்தாள். அம்மாவிட மிருந்து மாதத்திற்கு இரண்டு லெட்டராவது வந்துவிடும். நிலத்தில் என்ன வேலை நடக்கிறது, மாடு எப்போது கன்று போடும், புல் அறுக்கப் போன தனம் பாம்பு கடித்து இறந்தது பற்றி, காளியம்மன் கோவிலில் வரப்போகிற திருவிழா பற்றி என்று, அத்தனை ஊர் விவகாரங்களையும் ஒன்று விடாமல் அண்ணனிடம் சொல்லிக் கடிதம் எழுதிவிடுவாள். அதனால், ஊரில் அவர் இல்லாவிட்டாலும் ஊரில் என்ன நடக்கிற தென்பது அப்புவுக்குத் தெரியும். இருந்தும் அவர் கிராமத்துக்குப் போகக் காரணம் அவரையே சுற்றிச் சுற்றி வரும் மஃப்டி போலீஸ்காரரின் பிடியிலிருந்து தப்பத்தான்.

கோயமுத்தூரிலிருந்து சாரு மஜூம்தாரையும், கிட்டனை யும் மதுரைக்கு அனுப்பிவைத்துவிட்டு அவரும் தர்மபுரிக்குப் பஸ் ஏறிவிட்டார். தர்மபுரியில் திப்பண்ணன் வீட்டு முகவரிக்குத் தான் அவருக்கு அம்மா லெட்டர் எழுதுவாள். ஊர் ஊராக அலைந்து கொண்டிருந்ததால், திப்பண்ணன் வீட்டுக்கு அவர் இரண்டு மாதங்களாக வரவில்லை. தர்மபுரிக்கு வந்ததும் அம்மாவிடமிருந்து வந்திருந்த நான்கு கடிதங்களையும் படித்தார்.

94 வண்ணநிலவன்

வழக்கமான கடிதங்கள்தான். அந்தக் கடிதங்கள் ஊரிலிருக்கிற அம்மாவையும், அண்ணனையும் நினைவுபடுத்தின.

திப்பண்ணன் டூட்டி முடிந்து பஸ் டிப்போவிலிருந்து வந்ததும், அவன் மனைவி நஞ்சம்மா, இரண்டு பேருக்கும் சாப்பாடு போட்டாள். சாப்பிட்ட பிறகு இரண்டு பேரும் சிறிது நேரம் சங்க விவகாரங்களைப் பற்றிப் பேசிக்கொண்டிருந் தார்கள். பிறகு அப்பு அவனிடம், மார்க்ஸியத்தில் நம்பிக்கை யுள்ள தொழிலாளர்களைப் பற்றிக் கேட்டார். அவர் சொன்ன படியே திப்பண்ணன் நாலு பேரைச் சாயந்திரம் வீட்டுக்கு அழைத்து வந்தான். அவர்களுக்கு அப்பு வகுப்பெடுத்தார். நான்கு நாட்கள் தினசரி சாயந்திரம் தோறும் மார்க்ஸிய வகுப்புகள் நடந்தன.

தர்மபுரி போலீஸாருக்குத் திப்பண்ணனைப் பற்றியும் அப்புவைப் பற்றியும் தெரியும். அப்பு திப்பண்ணன் வீட்டிலிருக் கிறார் என்ற தகவலும் அவர்களுக்குத் தெரிந்திருந்தது. பஸ் தொழிலாளர்கள் தினசரி மாலை திப்பண்ணன் வீட்டுக்கு வந்து போவது அவர்களுக்குச் சந்தேகத்தை ஏற்படுத்தியிருந்தது.

போலீஸார் உஷாராகியிருப்பார்கள் என்று அப்புவும் நினைத்தார். இருந்தாலும் சாரு மஜூம்தாரிடம் சொல்லி யிருந்தபடி கட்சியைக் கட்டமைக்க வேண்டிய அவசியம் அவருக்கு இருந்தது.

திப்பண்ணன் வீட்டுக்குப் பக்கத்தில் ஒரு மாட்டுப் பண்ணை இருந்தது. அந்தப் பண்ணை வாசலில் எப்போதும் ஒருவர் சைக்கிளை ஸ்டாண்ட் போட்டு நிறுத்திக் கண்காணித்துக் கொண்டிருந்தார். மார்க்ஸிய வகுப்பு முடிந்து அந்த நாலு பேரும் போன பிறகு அவரும் கிளம்பிவிடுவார். ஒரு நாள் இரவு ஏழு மணிக்கு மேல் திப்பண்ணன் வீட்டிலிருந்து அப்பு தனது சொந்த ஊருக்குப் போகப் புறப்பட்டார்.

நேரே பஸ் ஸ்டாண்டுக்குப் போய் பஸ்ஸைப் பிடிக்காமல், பல தெருக்களைச் சுற்றி ஊருக்கு வெளியே இருந்த பஸ் நிறுத்தத்தில் பஸ் ஏறினார். சாரு மஜூம்தாரும் சரி, அப்புவும் சரி அவர்களுக்கு விருப்பமான அந்த மார்க்ஸிய, லெனினிய, மாவோயிஸத் தத்துவங்களை இந்தியாவில் அமல்படுத்தி சோஷலிஸ அரசை அமைக்கிற கனவை விடாப்பிடியாக நம்பினார்கள். அதற்காகப் படுகிற சிரமங்கள் அவர்களுக்கு ஒரு பொருட்டாகவே தெரியவில்லை.

அரசாங்கத்துக்கும், போலீஸுக்கும் பயந்து மறைமுகமாக அவர்கள் செய்கிற காரியங்களை அவர்கள் பெரிய விஷயமாக

நினைத்தார்கள். மிஞ்சி மிஞ்சிப் போனால் அவர்களுடைய புரட்சிகர சோஷலிஸத்துக்கு ஆதரவு தருகிறவர்கள் சில நூறு பேர் கூட இருக்கமாட்டார்கள். ஆனாலும், அவர்களுடைய எண்ணமெல்லாம் ஒரு நாள் ஈடேறும் என்று குருட்டுத்தனமாக நம்பினார்கள். அந்தக் குருட்டுத்தனம் தான் அவர்களை இயக்கியது.

உலகமே நம்பிக்கையில்தானே இயங்குகிறது? எல்லோரும் தங்களுக்கு விருப்பமானவற்றை விடாப்பிடியாகப் பிடித்துக் கொண்டு வாழுகிறார்கள். கண்மூடித்தனமாக எதையாவது பற்றிக்கொள்ள வேண்டும், அதை நம்ப வேண்டும். அது அவர்களை வாழத் தூண்டுகிறது. சீதா பவனத்தில் உள்ள ஒவ்வொருவரும் ஒவ்வொன்றைப் பிடித்துக்கொண்டு வாழ்ந்தார்கள். சீதா, சரோஜாவுக்கு என்றாவது சித்தம் தெளியும் என்று நினைத்தாள். அந்த வீட்டின் மூத்த மருமகளான ராஜி அத்தை, மாமா, கணவன் மூவருக்கும் உதவியாக இருப்பதே போதுமென்று நினைத்தாள். அவள் கணவன் செண்பகக் குத்தாலம், அப்பா நடத்திவரும் ஜவுளிக் கடையே உலகம் என்று நினைத்தான்.

சுப்பிரமணிய பிள்ளை அந்தக் குடும்பத்தையும், கடையை யும் ஒழுங்காக நிர்வகித்தால் போதும் என்று வாழ்ந்து வந்தார். அதற்கு, தான் தினசரி வீட்டில் செய்கிற பூஜை உதவும் என்று நினைத்தார். அவருடைய பக்தியே குடும்பத்தையும், அந்தச் சீதாபவனத்தையும், கடையையும் முன்னிட்டே இருந்தது. சரோஜாவுக்கு ஒரு ஆசை இருந்தது. அது சமயம் கிடைக்கும்போதெல்லாம் தெருவுக்குப் போய் நின்று வேடிக்கை பார்ப்பதில் இருந்தது. சோமுவுக்குப் புஸ்தகங்களே உலகமாக இருந்தன. வாசிப்பதில் தீராத மோகம் அவனுக்கு. மீனாட்சிகூட அப்புறம்தான். மீனாட்சியும் அவளுடைய அத்தை, மாமா, புருஷன், இவர்களே எல்லாம் என்றிருந்தாள்.

மேலமாசி வீதியில் கோபால் பிள்ளை கடந்த கால அரசியல் நினைவுகளிலும், நிகழ்கால அரசியல் உலகிலும் வாழ்ந்துகொண்டிருந்தார். அவருடைய மூத்த மகன் ராமசாமி யும், இளைய மகன் பிச்சையாவும் எப்படியாவது வாழ்க்கை ஓடினால் போதும் என்று இருந்தார்கள். செவ்வானத்தில் வேலை பார்த்த நாராயணன், இதைவிட நல்ல வேலை என்றாவது கிடைக்கும் என்ற நம்பிக்கையிலேயே காலத்தை ஓட்டிக்கொண்டிருந்தான்.

சாரு மஜூம்தாரும், அப்புவும் ரஷ்யாவிலும், சீனாவிலும் நடந்ததுபோல் இந்தியாவிலும் புரட்சி வரவேண்டும் என்று

ஆசைப்பட்டார்கள். சாரு மஜூம்தார் புரட்சிக்கு மக்களைத் தயார் செய்வதுடன், நிலப்பிரபுக்களை ஒழிக்கவேண்டும் என்று நினைத்தார். முதல் எதிரி நிலப்பிரபுக்கள் தான் என்று கருதினார். அப்புவும் கண்மூடித்தனமாக சாரு மஜூம்தாரை அப்படியே பின்பற்றினார். இதற்குத்தான் அவர்கள் ஆட்களைத் திரட்டுகிற வேலையில் ஈடுபட்டார்கள்.

ஆனால் ஜனங்கள், காலங்காலமாக வாழ்க்கை நடத்தி வருவது போலவே வாழ்ந்துகொண்டிருந்தார்கள். குடும்பம், வேலை அல்லது தொழில், உறவுகள், நண்பர்கள் என்று தங்களைப் பிணைத்துக்கொண்டிருந்தார்கள். தங்களுடைய வாழ்க்கை முறையில் எந்தத் தவறும் இருப்பதாக யாரும் நினைக்கவில்லை. ஜனங்களுடைய மனோபாவம் சாரு மஜூம்தாருக்கும், கனு ஸன்யால், அப்புவுக்கும் கூடத்தெரியும். ஆனாலும், சீனப்புரட்சி, மாசேதுங், மார்க்ஸ், லெனின் இவர்களுடைய கொள்கைகள், வழிமுறைகளில் இருந்த அவர்களுடைய கண்மூடித்தனமான பற்றுதலும், நம்பிக்கையும் அவர்களை வழி நடத்தியது. தாங்கள் வித்தியாசமானவர்கள் என்று அவர்கள் நினைத்தார்கள். ஆனால், உலகிலுள்ள எல்லா மக்களையும் போல, அவர்களும் ஏதோ ஒன்றைப் பற்றிக்கொண்டு, அதுவே சதம் என்றுதான் வாழ்ந்தார்கள்.

16

அன்று கட்சி ஆஃபீஸை நாராயணன்தான் பூட்டினான். ஆஃபீஸ் செக்ரட்டரி கனகசபை, சுப்பிரமணியபுரத்தில் யாரோ தோழரைச் சந்திக்கப் போகிறேன் என்று சொல்லிவிட்டு, நாலு மணிக்கே சைக்கிளை எடுத்துக்கொண்டு புறப்பட்டுவிட்டார். கட்சி அலுவலகத்தை விட்டுப் புறப்படும்போது நாராயணனிடம், "நீ பொறப்பட நேரமாகுமா?" என்று கேட்டார்.

"பிரஸ்லே இருந்து புரூஃபை வாங்கிட்டுப் போக ஆள் வரணும்."

"சரி! அப்போ நீயே ஆபீஸைப் பூட்டி, சாவிய பக்கத்து வீட்டுல குடுத்திரு."

"சரி"

அது வழக்கமான நடைமுறைதான். ஆஃபீஸ் சாவி எப்போதும் கந்தசாமி சேர்வை வீட்டில்தான் இருக்கும். அவர் வீட்டு வராந்தாவின் வடக்குச் சுவரில் ஆணியில் தொங்கும். ஆஃபீஸுக்கு யார் முந்தி வருகிறார்களோ அவர்கள் கந்தசாமி சேர்வை வீட்டில் போய் சாவியை எடுத்து வந்து திறப்பார்கள். சேர்வை கீழ ஆவணி மூலவீதியில் பாத்திரக்கடை வைத்திருந்தார். அவருக்கு ஒரு பெண்ணும், இரண்டு மகன்களும். பெண்தான் மூத்தவள். கல்யாணமாகி விட்டது. திருப்பாச்சேத்தியில் கட்டிக் கொடுத்திருக் கிறது. சின்னமகனும், அவர் மனைவியும்தான் அந்த வீட்டிலிருந்தார்கள். சின்னவனுக்குக் கல்யாணமாக வில்லை. பெரியவன் கல்யாணமாகி தல்லாகுளத்தில் இருந்தான். மதுரை முனிஸிபாலிட்டியில் பில் கலெக்டராக வேலை பார்த்தான். சேர்வை வீட்டு முன் கதவு எப்போதும் திறந்தே இருக்கும். காலையில் தெருவாசல் தெளிக்க முத்தம்மாள்தான் கதவைத் திறப்பாள். ராத்திரி கடையை அடைத்துவிட்டு கந்தசாமி சேர்வை பத்தரை மணிக்கு வந்த

பிறகுதான், கதவைத் தாழ்ப்பாள் போடுவார். அதுவரை கதவு திறந்தேதான் கிடக்கும். யார் வேண்டுமானாலும் வராந்தா ஆணியில் தொங்குகிற சாவியை எடுத்துவந்து ஆஃபீஸைத் திறக்கலாம்.

கனகசபை, தன் மேஜை டிராயரில் ஏதோ லட்சக்கணக்கில் பணம் இருக்கிற மாதிரி, புறப்படும்போது டிராயரை இழுத்து அறைந்து சாற்றிப் பூட்டினார். பூட்டிப் பத்திரப்படுத்து வதற்கு அதில் சில ரப்பர் ஸ்டாம்புகளையும், ஏதோ சில பழைய காகிதங்களையும் தவிர வேறு எதுவுமில்லை. அந்தக் கட்டடத்திலேயே பெரிதாகப் பத்திரப்படுத்துவதற்கு இரண்டு பழைய ஸ்டீல் பீரோக்கள், மூன்று மர மேஜைகள், சில நாற்காலிகளைத் தவிர ஏதுமில்லை. கந்தசாமி சேர்வை வீட்டின் முன்வாசல் கதவு மாதிரி அந்தப் பழைய கட்டடத்தைத் திறந்தே போட்டாலும் தவறில்லை. ஆனாலும் வாசல், கதவு என்றெல்லாம் சம்பிரதாயம் இருக்கிறதே என்றுதான் அந்தக் கட்டடம் பூட்டப்பட்டது.

"தோழர்! ஒரு இருபது ரூபாய் இருக்குமா? அடுத்த மாசம் சம்பளம் வாங்கியதும் தாரேன்" என்று கனகசபை கிளம்பும் போது நாராயணன் கேட்டான்.

"இருவது ரூபாயா? கையில சல்லிக்காசு கூட இல்லை. இன்னைக்கு திலகர் திடல் கூட்டத்துக்கு லைட்டு, ஸ்பீக்கர் காரனுக்குக் குடுக்கத்துக்கே பணமில்லாம கடன் சொல்லித் தான் கூட்டத்தை நடத்தணும்" என்று சொல்லிக்கொண்டே, தன் கசங்கிய ஜிப்பாவின் இரண்டு சைடு பாக்கெட்டுகளையும் வெளியே எடுத்துக் காண்பித்தார் கனகசபை. அவருக்கே கஷ்டமாகத்தான் இருந்தது. அவனை சமாதானப்படுத்து வதற்காக, "நாளைக்கிப் பாப்போம்" என்றார். "நீ சாவிய சேர்வை வீட்டுல போட்டுட்டுப் போயிரு" என்று சொல்லிவிட்டுக் கிளம்பிவிட்டார். தெருவில் சுவரோடு சுவராய்ச் சாய்த்து வைத்திருந்த தன் பழைய ஹெர்குலீஸ் சைக்கிளை எடுத்துக் கொண்டு புறப்பட்டார்.

நாராயணன் கூடப் புறப்பட்டுவிடலாம். அந்த புரூஃப்பை நாளைக்குக் கூடக் கொடுத்துவிடலாம். குழந்தை எப்படி யிருக்கிறதோ? பேசாமல் சுந்தரியையும், குழந்தையையும் ஒத்தக்கடையில் கொண்டு போய் அவளுடைய அப்பா வீட்டில் விட்டால்தான் என்ன. அவளும் எதற்குத் தன்னோடு சேர்ந்து கஷ்டப்பட வேண்டும் என்று நினைத்தான். பின்பக்கம் போய் அடி பம்பில் தண்ணீர் அடித்து முகத்தைக் கழுவினான். வேஷ்டி

முந்தியால் முகத்தைத் துடைத்துக்கொண்டான். ஆஃபீஸ் சாவியை எடுத்துக்கொண்டான். பின் கதவைச் சாத்தித் தாழ்ப்பாள் போட்டான். ஒவ்வொரு அறையாகத் தாண்டி முன் கதவையும் பூட்டினான். சாவியை எடுத்துக்கொண்டு சேர்வை வீட்டுக்குப் போனான். சாவியை வழக்கமாகத் தொங்கவிடும் ஆணியில் போட்டுவிட்டு, வீட்டினுள்ளே பார்த்து, "அம்மா! சாவியத் தொங்கவிட்டுருக்கேன்" என்று சொன்னான்.

"அப்படியா! சரி சரி கெடக்கட்டும்" என்று சேர்வையின் மனைவி முத்தம்மாள் சொன்னாள்.

"நான் வாரேம்மா"

"சரி சரி, போயிட்டு வாங்க" என்று முத்தம்மாளுடைய குரல் கேட்டது. தெருவில் இறங்கி வீட்டுக்கு நடக்க ஆரம்பித்தான். மேலமாசி வீதிக்குப் போகிற சந்தில் திரும்பியபோது, தங்கம் தியேட்டரில் மேட்னி ஷோ முடிந்து ஆட்கள் வந்து கொண்டிருந்தார்கள். அவன் சுந்தரியுடன் சினிமாவுக்குப் போய் ரொம்ப நாட்களாகிவிட்டன. சினிமாவுக்குப் போவதற்காவது நாலைந்து ரூபாய் செலவாகும். மீனாட்சியம்மன் கோவிலுக்காவது அழைத்துப் போகலாம். கோவிலுக்குப் போய் ரொம்ப நாளாகிவிட்டது.

மேலமாசி வீதியில் ஸ்வீட் லேண்டை ஒட்டியிருந்த பழைய, பூட்டிக்கிடந்த வீட்டின் திண்ணையில் வழக்கம் போல் அந்த ஜோஸியர் உட்கார்ந்து ஜோஸ்யம் சொல்லிக்கொண்டிருந்தார். அவருக்கு எதிரே இரண்டு பேர் உட்கார்ந்து ஜோஸ்யம் கேட்டுக் கொண்டிருந்தனர். திலகர் திடல் கூட்டத்துக்குப் போவதா, வேண்டாமா என்று யோசித்தான். அவனுக்கு அங்கே ஒன்றும் வேலையில்லை. வேண்டுமானால் கோபால் பிள்ளைக்காகவும், பரமேஸ்வரனுக்காகவும் போகலாம். ஆனால், அது அவ்வளவு முக்கியமில்லை என்றே பட்டது.

அன்று மத்தியானத்துக்கு மேல் கிட்டுவுக்கு வேலையே செய்யத் தோன்றவில்லை. மத்தியான நேரத்தில் கடைக்கு அவ்வளவாக வாடிக்கையாளர்கள் வரமாட்டார்கள் என்பதால், சுப்பிரமணியபிள்ளை கடையிலுள்ள ஊழியர்களை, ஜவுளி உருப்படிகளைக் கவுண்டரில் எடுத்துப் போட்டு தூசிதட்டித் திரும்ப அடுக்கி வைக்கும்படிச் சொல்வார். இந்த மத்தியான நேரத்து வேலையில் செண்பகக் குற்றாலமும் ஈடுபடுவான். சுப்பிரமணிய பிள்ளை கல்லாவில் உட்கார்ந்து பேரேடுகளைப் பார்த்துக்கொண்டிருப்பார்.

எப்போதும் குற்றாலம்தான் முதலில் வீட்டுக்குப் போய்ச் சாப்பிடுவான். அவன் சாப்பிட்டுவந்த பிறகுதான், அவனைக் கடையில் வைத்துவிட்டு, சுப்பிரமணிய பிள்ளை சாப்பிடக் கிளம்புவார். கடையில் வேலை பார்க்கிற தட்சிணாவுக்கு மதிச்சியத்தில் வீடு. அதனால் அவன் மத்தியானச் சாப்பாட்டை வீட்டிலிருந்து காலையிலேயே எடுத்து வந்துவிடுவான். ரங்கநாதனுக்கு வெங்கலக்கடைத் தெருப்பக்கம்தான் வீடு. அதனால், குற்றாலம் சாப்பிடக் கிளம்பும்போதே அவனும் சாப்பிடப் புறப்பட்டுவிடுவான். குற்றாலம் வந்த பிறகு கிட்டு சாப்பாட்டுக்கு வீட்டுக்குப் புறப்படுவான். யார் சாப்பிடப் போனாலும் ஒரு மணி நேரத்துக்குள் வந்துவிட வேண்டும்.

எப்போதும் போல கிட்டு, சாப்பாட்டுக்காக வீட்டுக்குக் கிளம்பும்போது, இரண்டு மணி இருக்கும். அவன் புறப்படும் போதே சுப்பிரமணிய பிள்ளை, “நீ சாப்ட்டுட்டு வந்து மைசூர் ஸில்க்கை எல்லாம் எடுத்துப்போட்டு அடுக்கி வை. சீக்கிரமா வா.” எனச் சொல்லியிருந்தார். எழுகடல் தெருவிலிருந்து கிழக்குக் கோபுர வாசல் வழியாகக் கோவில் வெளிப்பிரகாரத் துக்கு வருவான். கோவில் மதில் சுவரையொட்டி நிழல் இருக்கும். மேலக் கோபுர வாசல் வழியாக வெளியே வந்து இசையகம், மெத்தைக்கடைகள், உலகநாதன் லாட்டரிச்சீட்டுக் கடையை ஒட்டியுள்ள கோபாலக் கொத்தன் சந்தில் நுழைவான். மேலக் கோபுர வாசல் தெருவில் அவ்வளவாக வெயில் தெரியாது.

கோபாலக் கொத்தன் தெரு ஆரம்பத்தில் நாலைந்து வட இந்தியச் சாப்பாட்டுக் கடைகள் இருந்தன. பாம்பே சேட் கடை வாசலில்தான் செவத்தானையும், மகாராஜனையும் பார்த்தான். இரண்டுபேரையும் ஒன்றாகப் பார்த்ததுமே இன்றைக்கு எங்கேயோ ஆட்டம் இருக்கிறது என்று கிட்டுவுக்குத் தோன்றியது. கிட்டு பக்கத்தில் வந்ததும் செவத்தான் அவன் கையைப் பிடித்துக்கொண்டான்.

“மாப்ளே! ஒன்னையத்தாண்டா நெனைச்சோம். சாயந்தரம் புட்டுத்தோப்புக்கு வாறீயா மாப்ளே. ஆட்டம் இருக்கு” என்றான் செவத்தான் .

“லீவு சொல்லிட்டு வாடா” என்றான் மகாராஜன். இரண்டு பேர் உடம்பிலிருந்தும் வியர்வையும், சாராயமும் கலந்த ஒருவித மான நாற்றமடித்தது. இன்னும் போதையிலிருக்கிறார்களா, இல்லை போதை தெளிந்துவிட்டதா என்று தெரியவில்லை.

“எங்கிட்டே ஆடறதுக்கெல்லாம் பணமில்லேடா” என்றான்.

"மொதலாளி ஒன் அத்தான் தானடா? சம்பளத்துல புடிச்சுக்கிடச் சொல்லி ஒரு அம்பது ரூவா கூடவா பொரட்ட முடியாது?"

"அவரு ஆயிரங்கேள்வி கேட்டு உயிரை வாங்குவார்டா" என்று கிட்டு சொன்னாலும், எப்படியாவது அத்தானிடம் பணம் வாங்கிவிடலாம் என்று தோன்றியது.

சாயந்திரம் எப்படியும் புட்டுத்தோப்புக்கு வந்து விடுகிறேன் என்று அவர்களிடம் சொல்லிவிட்டு, வீட்டுக்குப் போனான்.பாக்கியம், அவள் வழக்கமாக மாவு அரைத்துக் கொடுக்கிற வீடுகளுக்குப் போவதற்காகக் கிளம்பிக் கொண்டிருந்தாள். இன்னும் புருஷன் சாப்பிட வரவில்லையே என்று நினைத்துக் கொண்டிருந்தபோது கிட்டு வந்துவிட்டான்.

வந்ததும் வராததுமாக, "சீக்கிரம் சோத்தப் போடு," என்று அவளை அவசரப்படுத்தினான். "இப்பதான உள்ள நொழஞ்சிருக்கிய? அதுக்குள்ள பறந்தா எப்படி? தட்டக் கழுவி சோத்தை எடுக்காண்டமா?" என்று சொல்லிக்கொண்டே, தண்டே மரத்திலிருந்த தட்டை எடுத்தாள். அங்கணத்தில் தட்டைக் கழுவிவிட்டு சாப்பாடு எடுத்து வைத்தாள். மோர்ச் சோறு சாப்பிடும்போது, "ஒங்கிட்ட ரூவா இருக்கா?" என்று கேட்டான்.

"ரூவாயா? எதுக்கு?"

"கடையில தட்சிணா கடனா பணம் கேட்டான்."

"எங்கிட்ட ஏது துட்டு? இந்தப் புள்ளக்கிப் பள்ளிக்கூடத்துல என்னம்மோ பொஸ்தகம் வாங்கணுமாம். அதுக்கே யாராவது தோசைக்கி அரைக்கிற வீட்டுல கேட்டுப் பாக்கலாமான்னு நெனச்சுக்கிட்டு இருக்கேன்"

"சீட்டுக்காரிக்கிக் குடுக்கச் சேத்து வச்சிருப்பியே?"

"சீட்டுக்காரியுமில்ல, மோட்டுக்காரியுமில்ல. எங்கிட்ட ஏது சீட்டுத்துட்டு?"

பாக்கியத்திடம் பணம் பெயராது என்று தோன்றியது. சாப்பிட்டுக் கை கழுவிவிட்டுப் புறப்பட்டான். பாக்கியத்துக்கு அவனுடைய பேச்சு சரியாகப்படவில்லை. எதற்குத் துட்டுக்கு அடிபோடுகிறான்? சீட்டாடப் போகிறானோ என்று சந்தேகப் பட்டாள். அவன் கடைக்குப் புறப்பட்டுப் போனபிறகு, நாளைக்கு அண்ணனைப் பார்த்துப் பேச வேண்டும் என்று நினைத்தாள்.

கடைக்கு வந்த பிறகு, சுப்பிரமணிய பிள்ளை சொன்னபடி, ஸில்க் சேலைகளை எடுத்துப் போட்டு தூசிதட்ட ஆரம்பித்தான். தட்சிணாவும் வடசேரி வேட்டி ஐட்டங்களை எடுத்துத்தட்டி அடுக்கிக்கொண்டிருந்தான். ரங்கநாதன் இன்னும் சாப்பிட்டுவிட்டு வரவில்லை. குத்தாலத்துக்கு, மாமா அக்கறையாக வேலை செய்வது ஆச்சரியமாக இருந்தது. தட்சிணாவிடம் பணம் இருந்தாலும் கொடுக்கமாட்டான். அவன் கஞ்சாம்பட்டி. குத்தாலத்திடம் கேட்டுப் பார்க்கத் தோன்றியது. கிட்டுவுக்கு வேலையே ஓடவில்லை. யாந்திரிகமாக ஏதோ சேலைகளைத் தூசிதட்டிக்கொண்டிருந்தான். ஞாபகமெல்லாம் புட்டுத்தோப்புக்குப் போவதில் இருந்தது.

"மாப்ளே!..." என்று குத்தாலத்திடம் போனான்.

"என்ன மாமா?"

"ஒரு அம்பது ரூவா வேண்டியிருக்கு மாப்ளே. தங்கத்துக்குப் பொஸ்தகம் வாங்கணும்." என்றான். குத்தாலம் கிட்டுவையே பார்த்தான். "மாமா! அப்பா சாப்பிடப் போயிருக்காளே அவுஹ வரட்டுமே" என்றான் குத்தாலம்.

"இல்ல மாப்ளே. நீ குடு. நான் அத்தான் வந்ததும் சொல்லிக்கிடுதேன். அவளுக்குச் சாயந்தரம் பள்ளிக்கூடம் விடுறதுக்குள்ள போயிக் குடுக்கணும். அத்தைகிட்டயும் பணமில்ல" என்றான் கிட்டு.

குத்தாலம் கொஞ்சம் யோசித்தான். மாமாவைப் பார்க்க அவனுக்குப் பாவமாக இருந்தது. அப்பா வந்தால் சொல்லிக் கொள்ளலாம், சம்பளத்தில் கழித்துவிட்டால் போயிற்று என்று தோன்றியது. கல்லாப் பெட்டியைத் திறந்து ஐம்பது ரூபாயை எடுத்து, கிட்டுவிடம் கொடுத்தான். "மாமா! சீக்கிரம் போயிக் குடுத்திட்டு வாங்க" என்றான். கிட்டுவுக்கே அவன் இவ்வளவு சீக்கிரமாகப் பணத்தைக் கொடுத்தது ஆச்சரியமாக இருந்தது.

"மாப்ளே! சீக்கிரமா பணத்தைக் குடுத்துட்டு வந்திருதேன்" என்று சொல்லிவிட்டுக் கடையை விட்டு இறங்கினான். ஒரு நூறு ரூபாய் ஜெயித்தால் கூடப் போதும். நாளைக்கே இந்த ஐம்பது ரூபாயைத் திருப்பிக் கொடுத்துவிடலாம். கடைக்கு வராததற்காக அத்தான் கோபிப்பார். நாளை பணத்தையும் கொடுத்துவிட்டு ஏதாவது சமாதானம் சொல்லிக்கொள்ளலாம் என்று தோன்றியது. செல்லத்தம்மன் கோவில்பக்கம் போய் பஸ் ஏறினான்.

மணி மூன்றரை இருக்குமா? சீக்கிரம் போய்விட்டால் நல்லது. செவத்தானையும், மகாராஜனையும் தவிர வேறு யாரெல்லாம் வருவார்கள். செல்லூர் மந்திரம், சண்முகம், அய்யாக்குட்டி. இந்த பஸ் ஏன் இவ்வளவு மெதுவாகப் போகிறது? புட்டுத்தோப்புப் பக்கம் அவ்வளவாக ஆள் நடமாட்டமே இல்லை. அந்த ரோட்டில் ஒரு சைக்கிள் ரிக்ஷா போய்க்கொண்டிருந்தது. அதில் இரண்டு பெண்கள் இருந்தனர். வயதானவர் பெடலை எம்பி எம்பி மிதித்து ஓட்டினார். எப்போதும் விளையாடுகிற வடதுபுறத்தில் ஜமா சேர்ந்திருந்தது. தோப்புக்குள் நல்ல நிழல். கிட்டுவும் அவர்களோடு சேர்ந்து கொண்டான்.

17

சாரு மஜூம்தார் கொடுத்திருந்த துண்டுப் பிரசுரங்களை துரைப் பாண்டியோடு அவரும்தான் படித்தார். பாலகிருஷ்ணனுக்கு அரசியலில் எல்லாம் பெரிய ஈடுபாடு கிடையாது. நாட்டு நடப்புகளைத் தெரிந்துகொள்ள வேண்டும் என்பதற்காகச் செய்தித்தாள்களைப் படிப்பதோடு சரி. அரசியலைப் புரிந்துகொள்வார். ஆனால், விவாதம் செய்ய மாட்டார். அவர் வீடு இருக்கும் மேலமாசி வீதியிலேயே கோபால் பிள்ளையும் இருந்து வந்ததால், அவருடைய வயது, அரசியல் அனுபவம் இவற்றின் காரணமாக கோபால் பிள்ளையை அவ்வப்போது சந்திப்பார்.

'சாரு மஜூம்தார்' என்ற பெயரைக் கேள்விப் பட்டிருந்தார். அன்று கோபால் பிள்ளையுடைய வீட்டில் அவரைச் சந்தித்த ஆச்சரியத்திலிருந்து மீளாமலேயேதான் அவரைத் தன்னுடைய வீட்டிற்கு அழைத்துச்சென்றார். சாரு மஜூம்தார் என்ற அரசியல் பிரமுகரை வீட்டுக்கு அழைத்து வந்தோம் என்ற சிறு பெருமை அன்று அவருக்கு ஏற்பட்டது. ஆனால், அவர் கொடுத்த அந்தத் துண்டுப் பிரசுரங்கள் எட்டையும் படித்தபோது, இந்தியாவை அரை நிலப்பிரபுத்துவ, அரைக் காலனிய நாடு என்றெல்லாம் வரையறை செய்வது என்னவோ போலிருந்தது. அதெல்லாம் பாலகிருஷ்ணனுக்குப் புதுசாக இருந்தது.

ஆனால் துரைப்பாண்டிக்கு சாரு மஜூம்தாரையும், அவருடைய அந்தத் துண்டுப் பிரசுரங்களையும் பிடித்துவிட்டது. அவற்றைப் படித்தபோது அவனுடைய மனம் அதில் தோய்ந்தது. அவனுடைய நரம்பு மண்டலத்தை அவருடைய கருத்துக்கள் ஊடுருவி ஆக்கிரமித்தன. காணாததைக் கண்டு விட்ட மாதிரி அவனுக்குள் உற்சாகம் பொங்கி வழிந்தது. பாலகிருஷ்ணன் சொன்ன மாதிரி அந்தப்

பிரசுரங்களை அவனே டைப்ரைட்டிங் இன்ஸ்டிட்டியூட்டுக்கு எடுத்துச்சென்று, சைக்ளோஸ்டைல் பிரதிகள் எடுத்துக் கொண்டான். ஸ்டடி சர்க்கிளுக்கு ஆட்களைத் திரட்டினான். பாலகிருஷ்ணன், ஏதோவொரு வேகத்தில் சாரு மஜூம்தாரிடம் ஒப்புக்கொண்டதற்காகக் 'கடனே' என்று, தன் வீட்டில் கூட்டத்தை நடத்திக்கொள்ள ஒப்புக்கொண்டார்.

அன்று சோமு ஸ்டடி சர்க்கிளுக்குப் புறப்படும்போது மீனா அவனிடம் "எங்க கௌம்பிட்டீங்க?" என்று கேட்டாள். அவள் நாலரை மணிக்கே முகம் கழுவி, தலைபின்னி, அப்பா, தங்கச்சி, சோமுவுடன் வெளியே போகும் மனநிலையில் இருந்தாள். "நாங்க சில நண்பர்கஎௗல்லாம் மீட் பண்றதா இருக்கோம். பாலகிருஷ்ணன் சார் வீட்டிலே மீட் பண்றோம். அதுக்குதான் கௌம்புதேன்." என்றான்.

"ஊரிலே இருந்து அப்பாவும் கற்பகமும் வந்து ரெண்டு நாளாச்சு. நாளைக்கு அப்பா ஊருக்குப் போயிருவா. எல்லாருமாச்சேந்து மீனாட்சியம்மன் கோயிலுக்குப் போயிட்டு வரலாங்க. ஒங்க ஃப்ரண்ட்ஸ்களை இன்னொரு நாள் போய்ப் பாருங்க."

"நீங்கள்ளாம் கோயிலுக்குப் போயிட்டு வாங்க. அவங்க கிட்டே நான் கண்டிப்பா வாரேன்னு சொல்லிட்டேன்"

மீனாவுக்கு அழுகையே வந்துவிட்டது. கண்கள் கலங்கின. சோமு மீது எரிச்சலும், கோபமும் வந்தன. தரையில் உட்கார்ந்து விட்டாள். கையில் எடுத்துச் செல்ல ஏதோ புத்தகத்தைத் தேடினான் சோமு. அவன் புத்தகத்தைத் தேடுவதைப் பார்த்ததும் மீனாவின் கோபம் எல்லை மீறியது. "எப்பம் பாத்தாலும் பொஸ்தகம் பொஸ்தகம். பொஸ்தகத்தைக் கட்டி மாரடிக்கிற ஆளு எதுக்குக் கல்யாணம் பண்ணணும்? பொஸ்தகத்துக்குத் தாலி கட்டிக் குடித்தனம் நடத்த வேண்டியதுதான?"

"எதுக்குச் சத்தம் போடுத? கோயிலு எங்க போயிரப் போவுது? இன்னொரு நாளு போய்க்கிடலாம்"

"ஒங்களுக்கெல்லாம் எதுக்குப் பொஞ்சாதி?"

சோமு அவள் சத்தம் போட்டதைப் பற்றிக் கவலையே படவில்லை. அவன் உலகம் அவனுக்கு. நியூ செஞ்சுரி புக் ஹவுஸ் வெளியிட்டிருந்த லெனின் புத்தகத்தை எடுத்துக்கொண்டான். மீனாவின் குரல் கேட்டு கூத்தியார் குண்டுப் பிள்ளை அறை வாசலுக்கு வந்து எட்டிப் பார்த்தார். மகளைப் பார்த்து "என்னம்மா?" என்று கேட்டார். அவரிடம் எதையும் காட்டிக்

கொள்ள வேண்டாம் என்று நினைத்து, "ஒண்ணுமில்லப்பா" என்றாள்.

"இவ கோயிலுக்குப் போகணும்கா. எனக்குக் கொஞ்சம் வெளியில போக வேண்டியிருக்கு" என்றான் சோமு. நேற்று இரவு தூங்கப் போகும்போது மைத்துனர் சுப்பிரமணிய பிள்ளை, படுக்கையில் படுத்துக்கொண்டே சோமுவைப் பற்றிக் கவலைப் பட்டது கூத்தியார் குண்டுப் பிள்ளைக்கு ஞாபகம் வந்தது.

"மாப்பிள்ளே... அவ ஆசப்படுதாள்லா. அவளக் கூட்டிக் கிட்டுத் தான் போயிட்டு வாங்களேன். நீங்களும்தான் எப்பவும் ரூமுக்குள்ளயேதான அடஞ்சு கெடக்கீயோ? செத்த வெளியில போயிட்டு வந்தாதான் என்ன?"

"நாங்க சில ப்ரண்ட்ஸுங்க மீட் பண்ணப் போறோம். அவங்ககிட்டே வாரேன்னு சொல்லிட்டேன் மாமா"

"மாப்பிள்ளே! நாஞ்சொல்லுதனேன்னு நெனைக்காதிய. அப்பாகூட ஒங்களப் பத்தி நேத்து ரொம்ப வருத்தப்பட்டாஹ. நீங்க குடியும் குடித்தனமுமா ஆகியாச்சு. நீங்க மீனாவுக்கும், குடும்பத்துக்கும் செய்ய வேண்டிய கடமைகள்னு இருக்கு இல்லியா? அதை விட்டுரலாமா? நீங்க என்ன சின்னப் பிள்ளையா?" என்றார். அவருக்கு என்ன பதில் சொல்வதென்று யோசித்தான். கூத்தியார் குண்டுப் பிள்ளை விடவில்லை.

"பெரிய மருமகனைப் பாருங்க. அவுஹளும் ஒங்க கூடப் பொறந்த பொறவிதான? அவுஹ எம்புட்டுப் பொறுப்பா இருக்காஹ. நீங்களும் பொறுப்பா இருந்தாத்தான எங்களுக்குச் சந்தோஷம்?"

"மாமா எனக்கு வியாபாரத்திலே எல்லாம் இன்ட்ரஸ்ட் இல்ல."

"வேற என்ன செய்யப் போறீயோ? அதச் சொல்லுங்க"

அரசியலில்தான் விருப்பமிருக்கிறது என்று சொன்னால் மாமாவால் அதை ஜீரணிக்கவே முடியாது என்பது அவனுக்குத் தெரியும். அதனால், பொத்தாம் பொதுவாக, "அதைத்தான் யோசிச்சுக்கிட்டு இருக்கேன்" என்று ஒரு பொய்யைச் சொல்லி வைத்தான்.

"அப்பா! இவங்ககிட்டே எல்லாம் பேசிப் பிரயோஜனம் இல்லப்பா! எனக்கு விதிச்சது அவ்வளவுதான்" என்றாள் மீனா. கூத்தியார் குண்டுப் பிள்ளை மகளையும், மருமகனையும் மாறிமாறிப் பார்த்துக்கொண்டே இருந்தார். "சாரி மாமா! நான் போயிட்டு வந்திருதேன். வந்த பெறகு பேசுவோம்" என்று

அவரிடம் சொல்லிவிட்டு அறையை விட்டு வெளியே போனான் சோமு. அவன் வெளியே எங்கோ செல்வதைப் பார்த்த சீதா, அடுப்படியிலிருந்தவாறே, "டேய்! காப்பிகூடக் குடிக்காமே எங்கேடா போறே?" என்று கேட்டாள். "போயிட்டு வந்து குடிச்சுக்கிடுதேன் அம்மா" என்று சொல்லிவிட்டு வெளிவாசல் கதவைத் திறந்துகொண்டு போய்விட்டான்.

பாலகிருஷ்ணனுடைய வீட்டில் அவரும், துரைப்பாண்டி யும், வேறு மூன்று இளைஞர்களும் இருந்தனர். சோமுவும் வந்து சேர்ந்தான். அவனைப் பார்த்ததும், "சபாபதி வரலையா சோமு?" என்று துரைப்பாண்டி கேட்டான். பாலகிருஷ்ணன் அவனிடம் பெஞ்சைக் காட்டி உட்காரச் சொன்னார். "சபாபதி கிட்டே போன்லே பேசினேன். முடிஞ்சா வாரேன்னு சொன்னார்" என்றான் சோமு. சபாபதிக்காகச் சிறிது நேரம் காத்திருக்கலாம் என்று நினைத்து, வேறு விஷயங்களைப் பற்றிப் பேசிக்கொண்டிருந்தனர். பாலகிருஷ்ணனுடைய அம்மாவும், வெங்கம்மாவும் வீட்டினுள் இருந்தனர்.

பாலகிருஷ்ணனுடைய வீட்டுக்கு அடுத்தாற்போலத்தான் கண்ணகி அச்சகம் இருந்தது. பெரும் புலவர் ஆ. செகவீர பாண்டியனார் அதை நடத்தி வந்தார். அதற்கு அடுத்த வீடு பூட்டிக் கிடந்தது. அந்த வீட்டின் வாசலில் யாரோ வழிப்போக்கனைப் போல் பீட்டர் உட்கார்ந்திருந்தான். அவனுக்கு சூப்பிரண்டெண்ட் ஆபீஸ் மூலமாக அன்று சாயந்திரம் பாலகிருஷ்ணன் வீட்டில் கூட்டம் நடக்கப் போகிற விஷயம் தெரிந்திருந்தது. ஐந்து மணிக்கே அங்கே வந்து விட்டான்.

சபாபதிக்காகக் காத்திருந்து பார்த்துவிட்டு, அவர் வரவில்லை என்றதும் துரைப்பாண்டி பாலகிருஷ்ணனிடம், "சார்! நீங்களே ஆரம்பியுங்க" என்றான். பாலகிருஷ்ணன், "நீயே பேசு" என்றார். சாரு மஜூம்தாருடைய அந்த எட்டு ஆவணங்கள் என்ற துண்டுப் பிரசுரங்களின் நகல்களை எல்லோரிடமும் ஏற்கனவே கொடுத்திருந்தான். சமூகம், வர்க்கப் பிரிவுகள், அரசு, சமுதாய அமைப்பு இவற்றைப் பற்றியெல்லாம் பேசினான். நிலப் பிரபுக்கள்தான் நமது முதல் எதிரி என்றான். சீனாவைப் போல் ஆயுதப் புரட்சியின் மூலம்தான் சமுதாய மாற்றத்தைக்கொண்டு வரமுடியும் என்று சாரு மஜூம்தார் கூறியிருப்பதையும் எடுத்துச் சொன்னான். யாரும் இடைமறித்து எதுவும் கேட்கவில்லை. ஒரு மணி நேரத்துக்கு மேல் பேசினான். ஒவ்வொரு வாரமும் கூடவேண்டும் என்று முடிவு செய்யப்பட்டது.

"அடுத்த கூட்டத்தை நீங்கள் வேறு எங்காவது வைத்துக் கொள்ளுங்கள்" என்று சொன்னார் பாலகிருஷ்ணன். துரைப்பாண்டி அழைத்துவந்திருந்த ஒரு இளைஞன் "என் வீட்டு மாடியில் வைத்துக்கொள்ளலாம்," என்றான். அவனுடைய வீடு தினமணிடாக்கீஸ் பக்கம் இருந்தது. அந்த முகவரியை, எல்லோரையும் போல, சோமுவும் குறித்துக்கொண்டான். அடுத்த கூட்டத்திற்கு இன்னும் சிலரை அழைத்து வருவதாக ஒருவன் சொன்னான்.

துரைப்பாண்டிக்கு பாலகிருஷ்ணன் சார் விட்டேற்றியாக இருந்தது ஆச்சரியமாக இருந்தது. எல்லோரும் திண்டுக்கல் ரோட்டுக்குப் போய் டீ குடித்தனர். அவர்களுடன் டீ குடிக்க பாலகிருஷ்ணன் செல்லவில்லை. டீக்கடையில் அவர்கள் பேசிக்கொண்டிருந்ததிலிருந்து ஒன்றிரண்டு பேரின் பெயர்கள் அங்கே வந்து நின்ற பீட்டருக்குத் தெரிந்தது. அவர்கள் கலைந்து போனபிறகு பீட்டர் திலகர் திடலுக்குப் போனான். அங்கே கம்யூனிஸ்ட் கட்சியின் பொதுக் கூட்டம். அதில் கோபால் பிள்ளையும் பேசினார். டெல்லி மத்திய கமிட்டியிலிருந்து வந்திருந்த பண்டாவும் பேசினார். அவருடைய ஆங்கிலப் பேச்சை செவ்வானம் ஆசிரியர் பரமேஸ்வரன் மொழி பெயர்த்தார்.

கோபால் பிள்ளையை அவருடைய இளைய மகன் பிச்சையா தான் ரிக்ஷாவில் வைத்து திலகர் திடலுக்கு அழைத்து வந்தான். மாநிலத்தில் ஆளும்கட்சியான தி.மு.க.வுடன் அவருடைய கட்சிக்குக் கூட்டணி இருந்தது. அதனால் மாநில அரசை அவர் அவ்வளவாக விமர்சிக்கவில்லை. மேடைக்கு முன்னால் இருபது முப்பது பேர் இருந்தாலே அதிகம்தான். அவ்வளவுதான் கூட்டம். எல்லா ஊர்களையும் போல மதுரையும் தன்போக்கில் இயங்கிக்கொண்டிருந்தது.

பாலகிருஷ்ணன் வீட்டு ஸ்டடி சர்க்கிளில் கலந்து கொண்டது சோமுவுக்கு மிகுந்த சந்தோஷத்தையும், திருப்தியையும் தந்தது. துரைப்பாண்டி தந்திருந்த அந்த சைக்ளோஸ்டைல் பிரதிகளுடன் வீட்டுக்கு வரும்போது மணி ஏழரைக்கு மேலாகியிருந்தது. அவனுடைய மனம் நிறைந்திருந்தது. மீனாவைக் கோவிலுக்கு அழைத்துக்கொண்டு போகலாம் என்று நினைத்துக்கொண்டே வீட்டுக்குள் நுழைந்தான். அவளைத் தேடினான். ராஜி பட்டாசலில் விளக்கு மாடத்தின் முன்னால் உட்கார்ந்து தேவாரம் படித்துக் கொண்டிருந்தாள். அவளிடம், "மதினி, மீனாவ எங்க?" என்று கேட்டான். "அவளும் சித்தப்பாவும் அப்பமே கோயிலுக்குப் போயிட்டாங்களே" என்றாள். "அம்மா இல்லியா?" "அத்தை

காய்கறி வாங்கப் போயிருக்காங்க” என்றாள். பிறகு அவனிடம் “உங்களுக்கு ஏதாவது வேணுமா?” என்று கேட்டாள். “இல்ல மதினி, ஒண்ணும் வேண்டாம்” என்று சொல்லிவிட்டுத் தன் அறைக்குச் சென்றான். சட்டையைக் கழற்றி ஸ்டாண்டில் போட்டான். ஃபேனைப் போட்டுவிட்டுக் கட்டிலில் உட்கார்ந்தான். மீனாவை வெளியே கூட்டிக்கொண்டு போகாதது அவனுக்குச் சங்கடமாக இருந்தது. அவளை நிராதரவாக விட்டுவிட்டது போலிருந்தது. குற்ற உணர்வு அவனைப் பீடித்தது.

அவளுடன் கோயிலுக்குப் போயிருக்கலாமோ? கோயிலுக்குப் போயிருந்தால், ஸ்டடி சர்க்கிள் கூட்டத்துக்குப் போகமுடியாது. அரசு, வர்க்கம், ஆயுதப்புரட்சி இதைப்பற்றியெல்லாம் பல விஷயங்களைத் தெரிந்துகொண்டிருக்க முடியாது. என்னதான் தத்துவ நூல்களைப் படித்திருந்தாலும், அந்த எய்ட் டாக்குமெண்ட்ஸைப் பற்றித் துரைப்பாண்டி விவரித்தது ஒரு தெளிவை ஏற்படுத்தியிருந்தது. கோயிலுக்குப் போயிருந்தால் இது நடந்திருக்குமா? என்றாலும், மீனா பாவம். அவள்தானே நம்மைக் கவனித்துக்கொள்கிறாள்? நம்மை விட வேறு யார் அவளுக்கு நெருக்கம், அந்நியோன்யம்? அவளைப் பரிதவிக்க விட்டு விட்டோமே. தன் மீதே அவனுக்கு எரிச்சலாக இருந்தது.

கோபால் பிள்ளை, கூட்டம் முடியும் வரை உட்கார்ந்திருக்க வேண்டியதே இல்லை. அவர் பேசி முடித்ததுமே கிளம்பியிருக்கலாம். அவர் ரொம்ப நாளைக்குப் பிறகு பேசிய கூட்டம். அதனால் அவருக்குக் கூட்டம் முடியும்வரை இருந்துவிட்டுப் போகத் தோன்றியது. அவருக்காகப் பிச்சையாவும் மேடைக்குப் பின்னால் காத்திருந்தான். கோபால் பிள்ளை அதே மேடையில் பலமுறை பேசியிருக்கிறார். கட்சி பிரியாத காலத்தில் திலகர் திடலில் கூட்டம் போட்டால் ஏராளமான கூட்டம் வரும். அவருக்குப் பழைய ஞாபகமெல்லாம் வந்தது. இப்போது மதுரை பஞ்சாலைத் தொழிற்சங்கத் தலைவராக இருக்கும் மாரியப்பன் பேசிக்கொண்டிருந்தான். குளிர்ந்த காற்று வீசியது.

ஒன்பதரை மணிக்குப் பரமேஸ்வரி தியேட்டரில் ஷோ முடிந்து போகிறவர்கள் சிலர், வேடிக்கை பார்க்கிற மாதிரி வந்து நின்றுவிட்டுப் போனார்கள். பக்கத்தில்தான் ஹார்வி மில். அந்த மில் தொழிலாளர்கள் கூட அந்தக் கூட்டத்துக்கு வரவில்லை. இத்தனைக்கும் ஹார்வி மில்லில் கம்யூனிஸ்ட் கட்சியுடைய சங்கம் தான் பெரிய சங்கம். வரவர ஜனங்களுக்கு

அரசியலில் அக்கறை இல்லாமல் போய்விட்டது என்று நினைத்தார் கோபால் பிள்ளை. வெறுமனே அரசியலை மட்டும் விஷயத்தோடு பேசுவதைக் கேட்க ஜனங்கள் தயாராக இல்லை. கூட்டம் ஆரம்பிப்பதற்கு முன்னால் ஒரு கச்சேரி வைக்க வேண்டும். கட்சிப் பிரசாரத்தையே சினிமா பாடல் மெட்டுக்களில் பாடினால்தான் கூட்டம் சேருகிறது. கூட்டத்தில் பேசுகிறவர்களும் நகைச்சுவையாகப் பேச வேண்டும் என்று ஜனங்கள் எதிர்பார்க்கிறார்கள். ஒரு காலத்தில் அவர் பேசிய அரசியல் மேடை இப்போது இல்லை. கேளிக்கையோடு கலந்து அரசியல் பேச வேண்டும் என்று ஜனங்கள் எதிர்பார்க்கிறார்கள்.

தி.மு.க.விலும், காங்கிரஸிலும் இதற்கெல்லாம் பாடகர்களும், பேச்சாளர்களும் இருக்கிறார்கள். இடது கம்யூனிஸ்ட் கட்சியில் இருக்கிறார்கள். ஆனால் அவருடைய கட்சியில்தான் இல்லை.

ஜனங்களுடைய விருப்பத்துக்கு மாறாக என்ன செய்ய முடியும்? மேடைப் பிரச்சாரம் எப்படியோ இப்படி மாறி விட்டது. அவரும் பிச்சையாவும், வீடு வந்து சேரும்போது பத்து மணியாகிவிட்டது. ரிக்ஷாவில் வரும்போது பிச்சையா, “அப்பா! இனிமே பொதுக் கூட்டமெல்லாம் உங்களுக்குச் சரிப்பட்டு வராதுப்பா” என்றான். அவருக்கும் அது சரி என்றுதான் பட்டது.

மூத்த மகன் ராமசாமி வீட்டு வாசலில்தான் உட்கார்ந்திருந்தார். ரிக்ஷா வந்து நின்றதும் அருகே போய் நின்றார். பிச்சையா ரிக்ஷா காரருக்குப் பணத்தைக் கொடுத்து விட்டு, கோபால் பிள்ளையைக் கீழே இறக்குவதற்காக அவர் கையைப் பிடித்தான். இன்னொரு கையை ராமசாமி பிடித்துக் கொண்டார். “நீ இன்னும் படுக்கலியா?” என்று ராமசாமியிடம் கேட்டான். நீங்க வரட்டுமேன்னு தான் உக்காந்திருந்தேன்” என்றார் ராமசாமி.

“வயசு காலத்துல எதுக்குப்பா இப்படிக் கஷ்டப்படுதீங்க?” என்றார் ராமசாமி.

“பிச்சையாவும் இதத்தான் சொல்லுதான். கூட்டத்துக்கு ஒத்துக்கிட்டாச்சு. அதான் போனேன். இதுதான் கடைசி. இனிமே முடியாதுன்னு சொல்லிர வேண்டியதுதான்” என்றார் கோபால் பிள்ளை. ராமசாமியும், பிச்சையாவும் அவரை மெதுவாக மாடிப் படியேற்றிக் கூட்டிக்கொண்டு போனார்கள்.

18

கூத்தியார் குண்டுப் பிள்ளை தன் இரண்டு மகள்களுடனும் மீனாட்சியம்மன் கோவிலுக்குப் போய்விட்டுத் திரும்பும்போது ஏழரை மணி இருக்கும். கோவிலில் அவ்வளவாகக் கூட்ட மில்லை. அதனால் சுவாமியையும், அம்மனையும் ஆற அமர நின்று தரிசிக்க முடிந்தது. மீனா சென்ட்ரல்டாக்கீஸைத் தாண்டி, மெத்தைக் கடைகளின் பக்கம் வரும்போதே வீட்டை மறந்து விட்டாள். சோமு அவர்களுடன் கோவிலுக்கு வர மாட்டேன் என்று சொன்னதெல்லாம் அவளுடைய மனதிலிருந்து காணாமல் போய்விட்டது. மேலக் கோபுர வாசலில் கூத்தியார் குண்டுப் பிள்ளை மீனாவுக்கும், கற்பகத்துக்கும் நிறையப் பூ வாங்கிக் கொடுத்தார். கோவிலில் உடைக்கத் தேங்காய்பழமும் வாங்கினார். மேலக்கோபுர வாசலுக்குள் நுழைந்ததுமே காற்று பிய்த்துக்கொண்டு போயிற்று.

எல்லா சன்னதிகளையும் சுற்றிவிட்டு தெற்கு ஆடிவீதி வழியாக வெளியே வந்தபோது லெட்சுமண பிள்ளை மீனாவிடம், "நான் ராத்திரியே ஊருக்குக் கெளம்புதேன் அம்மா" என்றார்.

"அதுக்குள்ள என்னப்பா அவசரம்?"

"ஊர்ல சோலி இருக்குல்லா. கற்பகத்தைக் காலேஜிலே சேத்து விட்டாச்சு. காலேஜும் இன்னும் ரெண்டு நாள்ல தொறந்திரும். ஊருல அம்ம தனியாக் கெடந்து கஷ்டப்படுவாள்லா? கற்பகம் காலேஜுக்குப் போன பெறவு நீயும், மாப்பிள்ளையும் ஊர்ல ஒரு பத்து நாளு வந்து இரியுங்களேன்"

"பாக்கலாம்ப்பா"

"ஏன் அக்கா, ஊருக்குப் போயிட்டுத்தான் வாயேன்" என்றாள் கற்பகம்.

“பாக்கலாம்டி. சட்டுப் புட்டுன்னு ஒடனே எல்லாம் கௌம்பிற முடியாது”

அவர்கள் சீதா பவனத்துக்குள் நுழைந்ததுமே மாடிப்படியில் உட்கார்ந்திருந்த சரோஜா ஓடி வந்து தேங்காய் பழப் பையை வாங்கினாள். “இனிப்புச் சேவு வாங்கிட்டு வரலையா?” என்று கேட்டாள். “ஐயையோ மறந்து போச்சே! நாளைக்கிக் காலையிலே வாங்கித்தாரேன்” என்று சொன்னாள் மீனா. கோபித்துக்கொண்டவள் போல் திரும்பவும் மாடிப் படியில் போய் உட்கார்ந்துகொண்டாள் சரோஜா. கூத்தியார் குண்டுப் பிள்ளைக்கு அவளைப் பார்க்கச் சங்கடமாக இருந்தது.

“ஏம்மா, வாற வழியில லாலா கடையில வாங்கிட்டு வந்திருக்கலாமே; நீ சொல்ல வேண்டியதுதானே?” என்று மீனாவிடம் கேட்டார்.

“போங்கப்பா! அவ சும்மா ஏதாவது கேப்பா. . . வாங்கிக் குடுத்தா ஒழுங்காச் சாப்பிட மாட்டாப்பா. அத்தையும் சத்தம் போடுவாங்க” என்றாள் மீனாட்சி. கூத்தியார் குண்டுப் பிள்ளைக்குச் சமாதானமாகவில்லை. வீடெங்கும் சாம்பிராணி மணத்தது. அப்போதுதான் சீதாவும், பெரிய மருமகளும் விளக்கு பூஜை பண்ணி முடித்திருந்தார்கள். கூத்தியார் குண்டுப் பிள்ளை சீதாவிடமும், ராஜியிடமும் தான் ஊருக்குப் புறப்படுவதைப் பற்றிச் சொன்னார். “அதுக்குள்ள என்ன அவசரம் அண்ணாச்சி?” என்றாள் சீதா. “அங்கயும் சோலி கெடக்குதுல்லா” என்று சொல்லிச் சமாளித்தார். “சரி அப்பம் சாப்புடுங்க. ராஜி, அடுப்புல கலலப போடும்மா” என்றாள்.

மாமாவுடைய பேச்சுச் சத்தம் கேட்டு வெளியே வந்தான் சோமு. மீனா அவனிடமும் திருநீறு, குங்குமத்தைக் கொடுத்தாள். “மாப்ளே! மீனாவும் நீங்களும் கூத்தியார் குண்டுக்கு வந்து ரொம்ப நாளாச்சுல்லா. ஒரு நடை ஊருக்கு எல்லாரும் வாங்க” என்றார் லெட்சுமண பிள்ளை.

“சரி, மாமா”

“ஊர்ல வேலை எல்லாம் அப்படியே கெடக்கு. வந்தும் ரெண்டு நாள் ஆயிட்டுதுல்லா ஊருக்குக் கௌம்புதேன். நீங்க சும்மா இருக்காதீய. ஏதாவது ஒன்னைச் செய்யுங்க. உங்களுக்குத் தெரியாதது இல்ல.”

“சரி, மாமா” என்றான்.

தோசை சாப்பிட்டுவிட்டு, கடைக்குப் போன் போட்டு மைத்துனரிடமும் விடைபெற்றுக்கொண்டார். மாமாவை

வழியனுப்ப பஸ் ஸ்டாண்ட் வரை சோமு போனான். எட்டு பத்து திருமங்கலம் பஸ்ஸில் அவரை ஏற்றிவிட்டுத் திரும்பினான். வீட்டுக்குத் திரும்பியதும் மீனாவை சினிமாவுக்குக் கூட்டிக் கொண்டு போக வேண்டும் என்று தோன்றியது. சாம்ஸன் அண்ட் டிலைலா பார்க்க வேண்டும் என்று மீனா சொன்னது ஞாபகத்துக்கு வந்தது. ஆனால், கூடவே சினிமா பார்ப்ப தெல்லாம் சரியா என்றும் தோன்றியது. என்றாலும், மீனாவை சந்தோஷப்படுத்த வேண்டும் என்று நினைத்தான். சீதாவும், ராஜேஸ்வரியும் அவன் எதிர்பார்த்தது போலவே சினிமாவுக்கு நாங்கள் வரவில்லை என்று சொல்லிவிட்டார்கள்.

மீனாவுக்குப் புருஷன் மீது இருந்த கோபமெல்லாம் போன இடம் தெரியவில்லை. எப்போதும் போல் சின்னச் சின்ன விஷயங்கள் தான் அவளைச் சந்தோஷப்படுத்தின. ராஜி மாதிரி இல்லை அவள். ராஜிக்கு வீடு மட்டுமே போதும். ஆனால் மீனா காலேஜ் வரை கொஞ்சம் படித்துவிட்டாள். படிக்கிற காலத்திலேயே ஸ்நேகிதிகளுடன் சினிமா, கோவில் என்றெல்லாம் சுற்றுவாள். வீடே கதி என்று கிடக்க அவளால் முடியாது. கொஞ்சம் வெளியேயும் சுற்ற வேண்டும். அதுவும் புருஷனுடன் போக வேண்டும். ஆனந்த விகடன், கல்கி எல்லாம் படிக்க வேண்டும்.

சோமுவும், மீனாவும் சினிமாவுக்குப் புறப்பட்டுப் போன பிறகு, ராஜிதான் தெருவாசல் கதவைத் தாழ்ப்பாள் போட்டாள். அவள் புருஷனும், மாமாவும் கடை அடைத்து வீட்டுக்கு வர பதினொன்றரை மணியாகிவிடும். சரோஜாவுக்குச் சாப்பாடு கொடுத்துத் தூங்க வைத்தாயிற்று. சீதாவுக்கு அடுக்களை வேலை ஓய்கிறபடியாக இல்லை. ராஜி பட்டாசல் பெஞ்சில் ஓய்வாக உட்கார்ந்தாள். அடி பம்பில் கக்கூஸுக்குப் போக யாரோ தண்ணீர் அடித்துக்கொண்டிருப்பது, அழிக்கம்பி களின் வழியே நிலவு வெளிச்சத்தில் தெரிந்தது. வீட்டுக்குப் பின்னாலுள்ள சென்ட்ரல்டாக்கீஸில், ஏதோ பாட்டு படத்தில் ஓடிக்கொண்டிருந்தது. மணி ஒன்பதுதான் ஆகியிருந்தது. படம் விடுவதற்கு இன்னும் அரைமணி நேரமாகும்.

டெலிபோன் அடித்தது. ராஜிதான் எழுந்துபோய் போனை எடுத்தாள். “ஹலோ! நாங்க ஆரப்பாளையம் போலீஸ் ஸ்டேஷன்லே இருந்து பேசுறோம்” என்ற குரலைக் கேட்டதுமே ராஜிக்கு வெடவெடவென்று வந்தது. சமாளித்துக்கொண்டு” என்ன வேணும்” என்று கேட்டாள். “எம்மா, கிட்டுன்னு ஒங்களுக்குச் சொந்தக்காரன் யாரும் இருக்கானா?”

"கிட்டா?"

"ஆமாம்மா! எழுகடல் தெரு ஜவுளிக் கடையிலே வேலை பாக்குறேன்னு சொல்றான்"

அப்போது தான் ராஜிக்கு கிட்டுச் சித்தப்பாவுடைய ஞாபகம் வந்தது.

"ஆமாமா"

"எம்மா, அவன் கேம்பளிங் கேஸிலே மாட்டியிருக்கான் அம்மா. அவன் உன் புருஷனா?"

"ஐயையோ புருஷன்லாம் இல்ல, எனக்குச் சித்தப்பா அது" என்று சொல்லிவிட்டு சீதாவைக் கூப்பிட்டாள் ராஜி. அவள் பதறுவதைப் பார்த்து, சேலையில் கையைத் துடைத்துக் கொண்டே வந்து சீதா, போனை வாங்கினாள்.

"ஹலோ... நான் சீதா பேசுறேன்"

"நீ யாரும்மா?"

"இப்போ மொதல்ல பேசுனது என் மருமக. என்ன வேணும்? யார் வேணும்?"

"கிட்டுங்கிறவன் உனக்கு என்னம்மா வேணும்?"

"என் நாத்தனார் புருஷன்"

"அவன் சீட்டாட்டக் கேஸ்லே புடிபட்டிருக்கான் அம்மா"

"ஐயையோ! சீட்டா?" என்று சீதாவும் பதறினாள்.

"எம்மா வீட்ல ஆம்பிளை ஆளுக யாரும் இல்லியா?"

"யாரும் இல்லைங்க. கடைக்கிப் போட்டீங்களா?"

"அவன்தாம்மா இந்த நம்பரக் குடுத்தான்."

"அய்யா! நாங்க பொம்பளைங்கதான் வீட்டுல இருக்கோம். கடைக்கிப் போட்டுப் பேசுனீங்கன்னா நல்லது. 3487" என்று கடை நம்பரைச் சொன்னதும் இணைப்பு துண்டிக்கப்பட்டது.

'இந்த ஆளு என்ன இந்தத் திருகூத்தப் பண்ணிட்டு மாட்டியிருக்கான்' என்று பரிதவித்தாள் சீதா. "அத்தை! கடைக்கிப் போன் போட்டு விஷயத்தைச் சொல்லிருவோம் அத்தை" என்றாள் ராஜி. பிறகு சீதாவே கடைக்குப் போன்

செய்து சுப்பிரமணிய பிள்ளையிடம் விஷயத்தைச் சொன்னாள். "படுக்காளிப் பய" என்றுகிட்டுவைத் திட்டிவிட்டுப் போனை வைத்தார். ரங்கநாதன் சர்ட்டிங் துணியை எடுத்து வாடிக்கை யாளரிடம் காண்பித்துக்கொண்டிருந்தான். தட்சிணா வெறுமனே கவுண்டரில் உட்கார்ந்திருந்தான். அதற்குள் போலீஸ் ஸ்டேஷனிலிருந்து போன் வந்தது. "ஐயா! நீங்க பெரிய எடம்ங்கிறதால தான் இவ்வளவு மெனக்கிட்டுத் தகவலச் சொல்லுதோம்" என்று சொன்னார் போலீஸ்காரர்.

சுப்பிரமணிய பிள்ளைக்குக் கோபமும், ஆத்திரமுமாக வந்தது. கடையில் வியாபாரம் நடந்துகொண்டிருந்ததால் தன் கோபத்தை அவரால் வெளியே காட்ட முடியவில்லை. குத்தாலம் ஏதோ விபரீதம் என்று நினைத்தான். "யாருப்பா போன்ல?" என்று கேட்டான்.

"நீ எதுக்கு அந்தப் படுக்காளிப் பயலுக்குப் பணத்தைக் குடுத்தே? அவன் என்ன பண்ணியிருக்கான் பாத்தியா? போயி சீட்டாடியிருக்கான்டா"

அப்போதுதான் செண்பகக் குத்தாலத்துக்கு விஷயம் புரிந்தது. கிட்டு மாமா, மகளுக்குப் புஸ்தகம் வாங்கணும் என்று சொல்லி இப்படி மோசம் செய்துவிட்டாரே என்று நினைத்தான்.

"மாமா எங்க இருக்காங்க?"

"வேற எங்க? போலீஸ் ஸ்டேஷன்லதான் இருக்கான்."

"இப்போ என்ன செய்யிறது அப்பா?"

"சவத்துப் பய ரெண்டு நாளைக்கி அங்க கெடந்து சாகட்டும்"

"அத்தை பாவம் அப்பா"

"இந்தத் தடவ நான் ஒண்ணும் பண்ணப் போறது இல்ல. திரும்பத் திரும்ப இதே வேலயா இருக்க பயலுக்குக் குடும்பம், பொஞ்சாதி, பிள்ளை எல்லாம் ஒரு கேடா? சவத்துப் பய மேல கேஸைப் போட்டு, உள்ள போயிட்டு வரட்டும். அப்பந்தான் புத்தி வரும்"

"மாமா உள்ள போயிட்டா, அத்தை என்ன பண்ணுவா அப்பா?"

"அவகிட்ட நான் பேசிக்கிடுதேன். ஜெயிலுக்குப் போனாத்தான் குத்தாலம், அவனுக்குப் புத்தி வரும். போலீஸ்லே

மாட்டுனது மில்லாம, நம்ம வீட்டுப் போன் நம்பரையும் இல்லா குடுத்திருக்கான்" கோபத்தில் சுப்பிரமணிய பிள்ளைக்கு உடம்பெல்லாம் படபடத்தது. அப்பாவிடம் இப்போது பேசிப் பிரயோஜனமில்லை என்று நினைத்தான். மணி ஒன்பதரை ஆகிவிட்டது. நாளைக் காலையில் அப்பாவைச் சமாதானப்படுத்தி மாமாவை ஜாமீனில் எடுக்க வழி செய்ய வேண்டும் என்று முடிவு செய்தான் குத்தாலம். கடையை அடைத்து விட்டு வீடு திரும்பும்போது, சென்ட்ரல்டாக்கீஸுக்குப் பக்கத்தில் வந்ததும், அப்பாவை வீட்டுக்குப் போகச் சொல்லிவிட்டு கோபாலக் கொத்தன் தெருவில் நுழைந்து, பாக்கியத்து அத்தையிடம் பேசிவிட்டுத்தான் வீட்டுக்குத் திரும்பினான்.

அன்று பாலகிருஷ்ணனுக்கு மதியத்துக்கு மேல் வகுப்புகள் இல்லை. மத்தியானம் வீட்டுக்கு வந்தவர் சாப்பிட்டுவிட்டு கண்ணகி அச்சகத்தில் உட்கார்ந்து பெருமழைப் புலவர் ஆ. செகவீர பாண்டியனாருடன் பேசிக்கொண்டிருந்தார். பரிதிமாற் கலைஞரைப் பற்றிப் புலவர் உற்சாகமாக அவருடன் பேசிக்கொண்டிருந்தார். மேலக் கோபுர வீதியில் உலகநாதன் லாட்டரிக் கடைக்கு அடுத்து உள்ள பரிதிமாற் கலைஞரின் வீட்டை அரசு வாங்கி, அதைப் பாதுகாக்க வேண்டும் என்று பாலகிருஷ்ணனிடம் சொல்லிக்கொண்டிருந்தார்.

அச்சாபீஸ் கடிகாரத்தைப் பார்த்தார் பாலகிருஷ்ணன். மணி மூணே முக்கால். பக்கத்து வீட்டுக்காரர் என்ற உரிமையில் வெறும் பனியன் மட்டுமே அணிந்து வந்திருந்தார்.

"என்ன! காலம் காட்டியை நோக்குகிறீர்களே?" என்று பாலகிருஷ்ணனிடம் கேட்டார் புலவர்.

"இல்ல. உங்களுக்கும் வேலை இருக்கும் இல்லியா?"

"ஓய்வாகத்தான் இருக்கிறேன்." செகவீர பாண்டியனார் சொல்லிக்கொண்டிருக்கும்போதே அச்சாபீஸ் போர்மேன், காலி ப்ரூஃப் கற்றையைத் தூக்கிக்கொண்டு வந்து, அவர் மேஜை மீது வைத்தார். சரி, வீட்டுக்குப் புறப்படுவோம் என்று பாலகிருஷ்ணன் நினைத்துக்கொண்டிருக்கும்போதே, பாலகிருஷ்ணனுடைய தம்பியின் மனைவி வெங்கம்மாள் வந்தாள். அச்சகத்தின் வாசலில் ஒரு காலும், வெளியே ஒரு காலுமாக நின்றுகொண்டே அவரிடம், "அத்தான்! ஓங்களைத் தேடி யாரோ ஒரு ஆள் வந்திருக்கு" என்றாள்.

“என்னைத் தேடியா? யாரு?” என்று சொல்லிக்கொண்டே எழுந்தார் பாலகிருஷ்ணன். பெருமழைப் புலவரிடம் விடை பெற்றுக்கொண்டு, வெங்கம்மாளின் பின்னாலேயே தன் வீட்டுக்குள் நுழைந்தார். வீட்டின் அரையிருட்டில் ஒரு ஆள் பெஞ்சில் உட்கார்ந்திருப்பது தெரிந்தது. “ஏன் லைட்டைப் போட வேண்டியதுதான?” என்று வெங்கம்மாளிடம் சொல்லிக் கொண்டே, கதவுக்குப் பின்னாலிருந்த லைட் சுவிட்சையும், ஃபேன் சுவிட்சையும் போட்டார். அந்த மனிதர் பாலகிருஷ்ணன் உள்ளே வந்ததுமே எழுந்து நின்றுகொண்டார். தன் மீதிருந்து அச்சாபீஸ் மை வாசனை அடிப்பது போலிருந்தது பாலகிருஷ்ணனுக்கு.

அவரை உட்காரச் சொல்லிவிட்டு பெஞ்சின் ஒரு மூலையில் அவருக்கு எதிரே பாலகிருஷ்ணனும் உட்கார்ந்தார். வந்திருக் கிறவரின் முன்னால் வெறும் பனியனுடன் உட்காரலாமா என்று நினைத்துக்கொண்டே, அவரை ஏறிட்டுப் பார்த்தார். அவர் வெள்ளைச் சட்டையும் வேஷ்டியும் அணிந்திருந்தார். கையில் கனமான புஸ்தகத்தை வைத்திருந்தார். அந்த மனிதர் பாலகிருஷ்ணனையே பார்த்துக்கொண்டு உட்கார்ந்திருந்தார். சிரிக்கலாமா, வேண்டாமா என்று அவர் தயங்குவது போலத் தோன்றியது. அவரே பேச்சைத் தொடங்கினார். “என் பேரு பிச்சாண்டி. உங்க வீட்டிலே மார்க்ஸிய வகுப்புகள் நடக்கிறதா கேள்விப்பட்டேன்.” அதற்கு என்ன பதில் சொல்வதென்று யோசித்தார். “உங்களுக்கு யார் சொன்னா?”

“என் நண்பர் ஒருத்தர் மூலமா தெரிய வந்தது.”

“அன்னைக்கி ஒரு நாள்தான் நடந்தது. இப்போ தினமணிடாக்கீஸ் பக்கம் நடக்குது. நீங்க அதிலே சேரணுமா?”

“எனக்குத் தத்துவம் எல்லாம் தெரியும். மார்க்ஸ், எங்கெல்ஸ், லெனின், மாவோ வரை படிச்சிருக்கேன்.”

“மாவோ எல்லாம் படிச்சிருக்கீங்களா? அவரோட பொஸ்தக மெல்லாம் கெடைக்காதே. . .”

“கல்கத்தா, டெல்லியிலே எல்லாம் வாங்கலாம். ஒங்களுக்கு வேணுமா?” என்று கேட்டார். அதற்கு என்ன பதில் சொல்வது என்று பாலகிருஷ்ணனுக்குத் தெரியவில்லை. இதெல்லாம் வேண்டாம் என்றுதான் அன்று, அடுத்த கூட்டத்தை வேறு எங்காவது வைத்துக்கொள்ளுங்கள் என்று சொன்னார். இப்போது மறுபடியும் ஒருத்தர் கிளம்பி வந்து அதைக் கிண்டுகிறாரே என்று நினைத்தார்.

“என்ன யோசிக்கிறீங்க தோழர்?” என்று பிச்சாண்டி கேட்டார். அவர் தன்னைத் ‘தோழர்’ என்றது, எதையோ மிதித்துவிட்டது போலிருந்தது. அசட்டுத்தனமாகச் சிரித்து வைத்தார் பாலகிருஷ்ணன். பிச்சாண்டி விடுவதாக இல்லை. “ரஷ்யா, சீனாவிலே எல்லாம் மார்க்ஸியம் செத்துப் போச்சு. உண்மையான கம்யூனிஸ சமுதாயம் அல்பேனியாவிலேதான் உருவாகியிருக்கு தோழர்”

“அல்பேனியாவா?” என்று, தன்னையும் அறியாமல் அவருடன் உரையாடத் தொடங்கினார் பாலகிருஷ்ணன்.

“கேள்விப்பட்டிருக்கீங்களா?”

“நாடுதானே?”

“அங்கே அன்வர் ஹோாக்ஸா தலைமையிலே உண்மை யான கம்யூனிஸ ஆட்சி, புராலேட்டேரியன்களுடைய ஆட்சி நடக்குது”

“நீங்க அல்பேனியாவுக்குப் போயிருக்கீங்களா?”

“இல்லை. ஆனால் அன்வர் ஹோாக்ஸாதான் உண்மையான மார்க்ஸிஸ்ட் லெனினிஸ்ட். ரஷ்யாவிலேயும், சீனாவிலேயும் நடக்குறது பாட்டாளி வர்க்கத்தோட ஆட்சி இல்லை. பார்ட்டி பூர்ஷுவாக்கள் நடத்துற ஆட்சி. அல்பேனியாவிலே பாட்டாளி களோட ஆட்சி நடக்குது...”

“பேப்பர்லே எல்லாம் அப்படி ஒண்ணும் செய்தி வரலையே?”

“தோழர்! இந்தப் பத்திரிகைகள் எல்லாம் முதலாளித்துவப் பத்திரிகைகள்.”

“தினமணி நல்ல பத்திரிகை ஆச்சே?”

“அதுவும் முதலாளித்துவப் பத்திரிகைதான். நீங்க அல்பேனியாவைப் பத்தி தெரிஞ்சுக்கணும், உண்மையான, மார்க்ஸ் சொன்ன பாட்டாளி வர்க்க சர்வாதிகாரம்ன்னா என்ன, அந்த அரசு அல்பேனியாவிலே எப்படி நடக்குதுங்கறதை நீங்க தெரிஞ்சுக்கணும்னா அன்வர் ஹோாக்ஸாவோட இந்தப் புத்தகத்தைப் படிச்சுப் பாருங்க தோழர்” என்று, தன் கையில் வைத்திருந்த புஸ்தகத்தை பாலகிருஷ்ணனிடம் கொடுத்தார். பாலகிருஷ்ணன் அதைப் புரட்டினார். ஏதோ ஒரு நாள் அந்தச் சாரு மஜூம்தாரைப் பார்த்ததற்கு யார் யாரெல்லாமோ தேடி வருகிறார்களே என்று தோன்றியது. அவரை எப்படிக் கழற்றி விடுவது என்று யோசித்தார். இந்த

மாதிரி ஆட்களை எல்லாம் துரைப்பாண்டியிடம் அனுப்பி வைத்தால் என்ன?

"ஹி...ஹி...எனக்குப் படிக்க எங்கே நேரம் இருக்கு?" என்று சொல்லிக்கொண்டே, அந்தப் புத்தகத்தைப் பிச்சாண்டியிடமே திருப்பிக் கொடுத்தார். பேச்சைத் திசை திருப்பும் நோக்கத்தில், "ஏதாவது சாப்பிடுறீங்களா?" என்று கேட்டார். "இல்லை தோழர் இப்போ ஸ்டடி சர்க்கிள் எங்கே நடக்குதுன்னு தகவல் சொல்ல முடியுமா?"

"கரெக்ட் அட்ரஸ் எனக்குத் தெரியாது. துரைப்பாண்டின்னு ஒரு பையன் அதிலே இருக்கான். அவனைக் கான்டாக்ட் பண்ணுங்க. அவனோட வீட்டுப் போன் நம்பரைக் குறிச்சுக் கிடுங்க" என்று சொல்லி, துரைப்பாண்டி வீட்டுப் போன் நம்பரைப் பாலகிருஷ்ணன் கொடுத்தார். அதை எழுதிக் கொண்டதும், "அப்போ நான் வர்றேன் தோழர்...இன்னொரு முறை சந்திப்போம்." என்று சொல்லிவிட்டுப் பிச்சாண்டி எழுந்து போனார்.

19

பாக்கியம் ராத்திரி பூராவும் தூங்கவே இல்லை. குத்தாலம் கடை அடைத்துவிட்டு வந்து அவளிடம் தகவல் சொல்லும்போது தங்கம் படித்து விட்டுத் தூங்கிவிட்டாள். அதனால் அவளுக்கு அப்பா, சீட்டாடி போலீஸில் மாட்டிக்கொண்ட தெல்லாம் தெரியாது. குத்தாலம் வீட்டுக்குள் கூட வரவில்லை. வாசலில் நின்றுகொண்டே பாக்கியத்திடம் பேசினான். பாக்கியத்துக்குக் கண்ணீர் முட்டிக்கொண்டுவந்தது, நிலையைப் பிடித்துக்கொண்டே நின்றாள். அந்த நேரத்திலும் மருமகனை அவள் உபசரித்தாள். "ரெண்டு தோச சாப்புட்டுட்டுப் போயேன்."

"இல்ல அத்தை. இன்னொரு நாள் வந்து சாப்பிடுதேன். அம்மா ராத்திரிக்கி இட்லி எல்லாம் அவிச்சு வச்சிருப்பா. அதெல்லாம் வம்பாப் போயிரும்லா. நான் காலையில ஒரு வக்கீலப் புடிச்சு, வெளிய கொண்டார ஏற்பாடு பண்ணுதேன். தங்கத்துகிட்ட இதப்பத்தி ஒண்ணும் சொல்ல வேண்டாம். நீங்க கதவப் பூட்டிட்டுத் தூங்குங்க."

"இந்த மனுசனோட ஒரே செறையா இல்ல இருக்கு. ஏதோ அண்ணன், நீங்கள்ளாம் இருக்கப் போயி எதும் ஒண்ணுன்னா ஓடியாறீங்க. உங்கள விட்டா வேற எனக்கு எந்த நாதி இருக்கு? இந்த ஆளு கிருமமா இருக்க மாட்டேங்குதே... அண்ணன் ரொம்பக் கோவிச்சுக்கிட்டானா?"

"என்ன செய்ய? அப்பா சத்தம் போடத்தான் செஞ்சா. என்ன செய்யிறது அத்தை, சரி நீங்க படுங்க" என்று சொல்லிவிட்டுப் போனான் குத்தாலம். அவன் போனதும் வாசல் கதவைத் தாழ்ப்பாள் போட்டாள். தெருவடி வீட்டில் ஒரே உற்சாகமாகப் பேசிக்கொண்டிருக்கிற சத்தம், கதவைச் சாத்திய பிறகும் கேட்டுக்கொண்டிருந்தது. தங்கம் தலையணையோ, விரிப்போ இல்லாமல்

வெறும் தரையிலேயே படுத்துக்கிடந்தாள். விரிப்பில் அவளைப் படுக்க வைத்துவிட்டு, அவள் பக்கத்திலேயே உட்கார்ந்து, எதையெல்லாமோ நினைத்துக்கொண்டிருந்தாள்.

பொழுது எப்போது விடியும் என்று காத்திருந்தவள், தங்கத்தை எழுப்பி, "மாமா வீட்டுக்குப் போயிட்டு வந்திருதேன். நீ பல்தேச்சு குளிச்சு முழுகி ரெடியா இரு" என்று சொல்லி விட்டு, சீதா பவனத்துக்குப் புறப்பட்டாள். மேலக் கோபுர வாசல் தெரு ஓரத்திலேயே நின்று, ஒரு யாத்ரீகர்கள் கூட்டம் பல்தேய்த்துக் கொண்டிருந்தது. மேலமாசி வீதி முக்கில் பிருந்தா பவன் ஹோட்டலில், ஒரு ஆள் கடையின் முன்னால் நின்று சாம்பிராணி காட்டிக்கொண்டிருந்தான். அவ்வளவு காலையில் அவன் குளித்திருப்பானோ என்னவோ? ஆனால் நெற்றி நிறையத் திருநீறு பூசியிருந்தான். மீனாட்சியம்மன் கோவில் ஸ்பீக்கரிலிருந்து சன்னமான ஒலியில் தேவாரம் கேட்டது.

சீதா பவனத்தில், அடி பம்பை ஒட்டி, முற்றத்தில் ராஜி கோலம் போட்டுக்கொண்டிருந்தாள். பாக்கியத்துச் சித்தி வருவதைப் பார்த்ததும், கோலத்தை நிறுத்திவிட்டு நிமிர்ந்தாள் ராஜி. "வாங்க, சித்தி" என்றாள். மனதிலுள்ள வருத்தத்தைக் காட்டிக்கொள்ளாமல், "சௌக்கியமா இருக்கியாம்மா." என்று கேட்டாள். ராஜியும் பாக்கியமும் ஒருத்தரை ஒருத்தர் விசாரித்துக் கொண்டிருக்கும்போதே, உள்ளேயிருந்து சீதா வந்தாள். "வாங்க மதினி" என்றாள். பாக்கியம் புருஷன் விஷயமாகத்தான் வந்திருக்கிறாள் என்று யூகித்தாள் சீதா.

"ஏன் மதினி வாசல்லேயே நிக்கியோ? உள்ள வாங்க" என்று பாக்கியத்தின் கையைப் பிடித்து உள்ளே அழைத்துச் சென்றாள். ராஜி விட்ட இடத்திலிருந்து கோலத்தைத் தொடந்தாள்.

வீட்டிற்குள் நுழைந்ததுமே பாக்கியத்துக்குக் கண் கலங்கி விட்டது. சேலை முந்தானையினால் முகத்தைத் துடைத்துக் கொண்டாள். சீதா அவளை அடுக்களைக்கே கூட்டிச்சென்று உட்காரவைத்தாள். அடுக்களை பூராவும் காபி மணத்தது. விட்ட இடத்திலிருந்து பேச்சைத் தொடருகிற மாதிரி, "என்ன செய்யது? இந்த ஆளு இப்படியா பண்ணும்? நமக்கு எதுக்கு சீட்டு நாட்டெல்லாம்? வயசுக்கு வரப் போற பொம்பளப் புள்ளய வீட்டுல வச்சுக்கிட்டு சீட்டாடப் போகலாமா சொல்லுங்க?" என்று பாக்கியத்திடம் பேசிக்கொண்டே, காபியை ஆற்றி அவளிடம் சீதா கொடுத்தாள். "காபியச் சாப்பிடுங்க மதினி. அண்ணன் எந்திரிச் சிருப்பாஹ." என்று சொல்லிக்கொண்டே மாடிப்படியருகே போய் நின்று, அண்ணாந்து பார்த்து, "ஏங்க!

கீழ வாங்க. மதினி வந்திருக்காங்க” என்று கொஞ்சம் குரலை உயர்த்தியே சொன்னாள்.

“பாக்கியமா வந்திருக்கா? வாரேன். வாரேன்” என்று சுப்பிரமணிய பிள்ளையின் குரல் கேட்டது.

அதற்குள் ராஜி கோலத்தை முடித்துவிட்டு வந்து பாக்கியத்தின் பக்கத்தில் உட்கார்ந்துகொண்டாள். குடிக்காமல் வைத்திருந்த காபி தம்ளரை எடுத்துச் சித்தியிடம் கொடுத்துக் குடிக்கச் சொன்னாள் ராஜி. பாக்கியத்துக்குத் தொண்டையை அடைத்தது. இருந்தாலும், கடகடவென்று காபியை வாயில் ஊற்றினாள். ராஜி, சித்தியின் தோளைச் சுற்றிக் கையைப் போட்டு அவளை அணைத்துக்கொண்டாள். சீதா “தங்கம் தூங்கிக்கிட்டிருக்காளா?” என்று பாக்கியத்திடம் கேட்டாள். “ஆமா” என்று மெதுவாகச் சொன்னாள். இவ்வளவு காலையில் அவர்களைத் தொந்திரவு செய்வது பாக்கியத்துக்குப் பிடிக்க வில்லை. தனது இயலாமையை நினைத்து சுவரில் சாய்ந்து கொண்டே அழுதாள் பாக்கியம். ராஜி தன் சேலையினால் அவள் கண்ணீரைத் துடைத்துவிட்டாள்.

“அழாதீங்க மதினி, என்ன செய்ய? பெண் ஜென்மமே இப்படித்தான் இருக்கு. வீட்டுக்கு வீடு வாசப்படி. என்ன செய்ய? ஒண்ணு இல்லாட்டா ஒண்ணு தொடந்துக்கிட்டே இருக்கே.” என்று சொல்லிக்கொண்டே விறகை அடுப்பினுள் தள்ளிவிட்டாள் சீதா. குத்துப் போணியிலிருந்து இட்லி மாவை இட்லித் தட்டில் கோரிக் கோரி விட்டாள். சுப்பிரமணிய பிள்ளை வந்துகொண்டே, “வா பாக்கியம்” என்றார். அண்ணனைப் பார்த்ததும் எழுந்து நின்றாள்.

“எதுக்குப் போட்டு அழுத? அவன் கததான் தெரிஞ்சதாச்சே. கொஞ்சநாள் ஒழுங்கா இருக்கான். இருக்கும்போதே திருகுதாளம் பண்ணியிருதான்” என்றார்.

“நேத்து ராத்திரியே வக்கீல்கிட்ட குத்தாலம் பேசிட்டான், காலையில போயிக் கூட்டிட்டு வந்திரலாம், அழாத...”

“சும்மா சும்மா ஒன்னைத்தான் தொந்தரவு பண்ண வேண்டியிருக்கு” என்றாள் பாக்கியம்.

“அதனால என்ன? நடந்தது நடந்து போச்சு. அவன் வந்தான்னா அவனுக்குப் புத்தி சொல்லு”

“நாஞ் சொல்லி எங்க கேக்க போறாக? நீங்களாம் சொல்லியே திருந்தாத ஆளு, நான் சொல்லியா கேக்கப் போவுது? கட்டையில போற வரைக்கும் அது மாறாது”

சுப்பிரமணிய பிள்ளை பாக்கியத்தையே பார்த்துக்கொண்டு நின்றார். அவருக்கு என்ன சொல்வதென்று தெரியவில்லை. “ஏதாவது ஒண்ணு கெடக்க ஒண்ணு பேசாத, பொட்டப் புள்ளய வச்சிருக்க. மனசு விட்டுப் போயிராத.”

“அத நெனச்சுதான் நானும் சரிசரின்னு பொறுத்துப் போறேன். இந்த மனுசன் பண்ணுத இம்சயத் தாங்க முடியல. நான் நாலு வீட்டுல தோசைக்கு அரைச்சி வச்சிருக்க துட்டை யும் புடுங்கப் பாக்குதாரு.”

“அவுஹ என்ன செய்வாஹ பொம்பள? நீங்கதான் கொழுந்தனக் கண்டிசன் பண்ணணும்.” என்று கணவனிடம் சீதா சொன்னாள்.

“அவன் வரட்டும். நான் இதுக்கு ஒருவழி பண்ணுதேன்.” என்றார் சுப்பிரமணிய பிள்ளை. பிறகு, “சரி நீ சாப்புட்டுட்டுப் போ. தங்கத்துக்கும் இட்லிய எடுத்துக்கொண்டு போயிக் குடு” என்றார்.

“இல்லண்ணே! வீட்டுல மாவு இருக்கு. எனக்கு ராத்திரி பூரா இருப்புக் கொள்ளல. அதான் விடிஞ்சதும் ஓடியாந் துட்டேன். நான் போயிட்டு வாரேன் மதினி, ராஜி, போயிட்டு வாரேன்” என்று சொல்லிவிட்டுப் புறப்பட்டாள் பாக்கியம். தலையைத் தொங்கப் போட்டுக்கொண்டே வேகமாகப் போனாள். அவள் போவதையே மூன்று பேரும் பார்த்துக் கொண்டு நின்றார்கள்.

ஆனால், சுப்பிரமணிய பிள்ளையும், குத்தாலமும் நினைத்தது போல், கிட்டுவை உடனே வெளியே கொண்டு வர முடியவில்லை. மூன்றாவது நாள்தான் கிட்டுவை மாஜிஸ்டிரேட் கோர்ட்டில் ஆஜர் செய்தார்கள். ஆரப்பாளையம் போலீஸ் ஸ்டேஷனில் வேண்டுமென்றே காலதாமதப்படுத்திய மாதிரி இருந்தது. அந்த மூன்று நாளும் குத்தாலம்தான்கிட்டுவுக்குச் சாப்பாடு கொண்டு போய்க் கொடுக்க, சீதா பவனத்துக்கும், கடைக்கும் அலைவதுமாக இருந்தான்.

அன்று காலையில் வந்து அண்ணனைப் பார்த்துவிட்டுப் போனபிறகு பாக்கியம், ஏதோ தெளிவு வந்தவள் மாதிரி வீட்டு வேலைகளைக் கவனிப்பது, தங்கத்தைப் பள்ளிக்கூடத்துக்கு அனுப்பிவைப்பது, வழக்கம் போல் தோசைக்கு அரைக்கிற வீடுகளில் போய் அரைத்துக் கொடுத்துவிட்டு வருவது என்று தன்னுடைய உலகத்தில் அமிழ்ந்து போனாள். குத்தாலம் அவ்வப்போது அத்தையிடம் வந்து தகவல் சொல்லிவிட்டுப்

போனான். தன் புருஷன் சாப்பிட்டானா என்றுகூடக் கேட்காதது குத்தாலத்துக்கு ஆச்சரியமாக இருந்தது. சுப்பிரமணிய பிள்ளை செலவுக்கு அவனிடம் கொடுத்து விட்ட பணத்தையும் பாக்கியம் வேண்டாம் என்று சொல்லித் திருப்பியனுப்பிவிட்டாள். கோர்ட்டுச் செலவு வக்கீல் பீஸ் என்று ஆயிரம் ரூபாய் வரை ஆகிவிட்டது, சுப்பிரமணிய பிள்ளைதான் கொடுத்தார். தங்கச்சிக்காக இதையெல்லாம் செய்தார்.

கோர்ட்டிலிருந்து குத்தாலமும், கிட்டுவும் வெளியே வரும் போது சாயந்திரம் நாலேகால் ஆகிவிட்டது, இரண்டு பேரும் நேரே கடைக்குத்தான் வந்தார்கள். கிட்டு கடைக்குள்ளேயே வரவில்லை. ரோட்டிலேயே நின்றுகொண்டிருந்தான். சாயந்திர நேரத்து வியாபாரம் கடையில் மும்முரமாக நடந்துகொண்டிருந்தது. சுப்பிரமணிய பிள்ளை கிட்டுவிடம், "ஏன்டா நின்னுக்கிட்டே இருக்கே? வீட்டுக்குப் போ. வீட்டுக்குப் போயிக் குளிச்சிட்டு இன்னையோட சீட்டைத் தலைமுழுகு. காலையில கடைக்கு வா" என்றார். "போயிட்டு வாரேன் அத்தான்! குத்தாலம், போயிட்டு வாரேன்" என்று குத்தாலத்திடமும் சொல்லிக்கொண்டு புறப்பட்டான்.

வீட்டுக்குப் போகவே என்னவோ போலிருந்தது. பாக்கியம் கேட்டால் என்ன சொல்வது? தங்கம்தான் என்ன நினைப்பாள்? ஏன் இந்த மாதிரி நடந்துகொண்டோம்? திடீர் திடீரென்று தன்னுடைய புத்தி இப்படிப் போவானேன் என்று நினைத்தான். குற்ற உணர்ச்சியால் நெஞ்சு படபட வென்று அடித்தது. நான்கு நாளாகக் குளிக்காமல் வியர்வையிலும், போலீஸ் ஸ்டேஷன் புழுதியிலும் படுத்துக் கிடந்ததில் துணியெல்லாம் நாறியது. கொசுக் கடியில் கை, காலெல்லாம் சொறிந்து சொறிந்து, காந்தலெடுத்தது.

வீட்டில் தங்கம்தான் இருந்தாள். பாக்கியம் வெளியே போயிருந்தாள். தங்கமும் அவனிடம் பேசவில்லை. பாக்கியமும் பேச மாட்டாளோ? "தங்கம் சாப்பிட்டியா?" என்று கேட்டதற்குக் கூட அவள் பதிலே சொல்லவில்லை. "அப்பா மேல கோபமா?" என்று கேட்டான். தங்கம் முகத்தைத் திருப்பிக்கொண்டது. சம்பளம் போதாமல்தானே லாட்டரிச் சீட்டு வாங்குறோம், சீட்டாடுகிறோம் என்று நினைத்துத் தன்னைத் தானே சமாதானப் படுத்திக்கொண்டு, கொடியில் கிடந்த துண்டை எடுத்துக்கொண்டு குளிக்கப் போனான்.

20

கற்பகத்துக்கு அன்றுதான் கல்லூரி திறந்தது. முன்தினம் மாலையே அவளை சோமுவும், மீனாட்சியும், கல்லூரியில் கொண்டுபோய் விட்டார்கள். அப்பா, அம்மா, கூத்தியார்குண்டு, மதுரையில் அக்கா வீட்டை எல்லாம் விட்டுப் பிரிந்து தனியே ஹாஸ்டலில் இருந்து படிக்கப் போகிறோமே என்ற எண்ணமெல்லாம் கற்பகத்திடம் இல்லை. கல்லூரி, ஹாஸ்டல் என்று சந்தோஷமாகவே இருந்தது அவளுக்கு. அக்கா வீட்டை விட்டுப் புறப்படும்போது கூத்தியார் குண்டுவுக்குப் போன் போட்டு அப்பா, அம்மா விடம் பேசினாள். அவளுக்குத் தேவையானதை யெல்லாம் முன்தினமே எடுத்துப் பெட்டியில் வைத்துவிட்டாள். குளிப்பதற்கு வாளி, கோரிக் குளிக்கச் சொம்பு எல்லாம் தயாராக இருந்தது. லெட்சுமண பிள்ளை ஊருக்குப் புறப்படுவதற்கு முன்னால் சோப்பு, பவுடர், எண்ணெய் முதல், சகலத்தையும் ரெடியாக வாங்கிக் கொடுத்து விட்டுத்தான் கூத்தியார் குண்டுக்குப் போனார். சீதா பவனத்திலும் எல்லோரிடமும் சொல்லிக் கொண்டாள். சீதா பவனத்தில் எல்லோரும் அவளைச் சேலை கட்டச் சொன்னார்கள். ஆனால் அவள் எப்போதும் போல் தாவணியில்தான் அக்காவுடனும், அத்தானுடனும் காலேஜுக்குப் புறப்பட்டாள்.

அவளுடைய உற்சாகமும், சந்தோஷமும் சோமுவுக்கு ஆச்சரியமாக இருந்தது. எல்லோரை யும் விட்டு விட்டு தனியாக ஹாஸ்டலுக்குப் போகிறோமே என்ற வருத்தம் இல்லாமல் கற்பகம் இருந்தது மீனாவுக்குப் பெரிய விஷயமாகவே படவில்லை. "அவ அப்படித்தான். துணிச்சல்காரி" என்று மீனா கணவனிடம் சமாதானம் சொன்னாள். "பாத்தீங்களா அத்தான்? அக்கா எனக்கு சர்ட்டிபிகேட் கொடுத்துட்டா பாத்தீங்களா?"

என்றாள் கற்பகம். "ஒங்கிட்டே இருக்க தைரியம் ஒங்க அக்கா கிட்டே இல்லியே" என்று வருத்தப்பட்டான் சோமு.

கற்பகத்தை காலேஜில் விட்டுவிட்டு இரண்டு பேரும் சீதா பவனத்துக்கு வந்தனர். மீனா, அரை குறையாக நிறுத்தியிருந்த எம்பிராய்டரி வேலையை ஆரம்பித்தாள். சோமு ஜார்ஜ் தாம்ஸனை எடுத்துப் படிக்க ஆரம்பித்தான், இந்த இரண்டு மூன்று நாட்களில் மாசேதுங்கின் ஏனான் பிரசங்கம், ஸ்டாலின், லெனினின் கட்டுரைகள் என்று, வெறிபிடித்தவனைப் போல் படித்தான். தினமணிடாக்கீஸ் பக்கம் நடந்த கூட்டத்துக்கும் ஒரு நாள் போய்வந்தான். அன்று அவனை துரைப்பாண்டி, அரசு பற்றி வகுப்பெடுக்கச் சொன்னான். அந்தக் கூட்டத்துக்குப் பதினாறு பேர் வந்திருந்தனர். கோபால் பிள்ளை தாத்தா மாதிரி தானும் ஒரு தலைவனாகி விட்டது போல் அவனுக்குத் தோன்றியது.

சோமு வகுப்பெடுத்த கூட்டத்துக்கு அந்த அல்பேனிய ஆதரவாளர் பிச்சாண்டியும் வந்திருந்தார். அங்கே இருந்த எல்லோருமே தாங்கள் ஏதோ பெரிய காரியத்தில் ஈடுபட்டிருக்கிற உணர்வில் மிதந்தார்கள். மதுரையை ஏதோ செயிண்ட் பீட்டர்ஸ்பர்க்கைப் போலவும், ஷாங்காய் நகரத்தைப் போலவும் நினைத்துக்கொண்டார்கள். சோமுவின் 'அரசு' பற்றிய வகுப்பு முடிந்ததும், பிச்சாண்டி தானும் பேச வேண்டும் என்றார்.

அவர் அல்பேனிய கம்யூனிஸ்ட் கட்சியைப் பற்றியும், அல்பேனியாவில் ஆட்சி செய்யும் அன்வர் ஹோக்ஸா பற்றி யெல்லாம் பேசினார். அந்த அறை முழுவதும் கம்யூனிஸம் வியாபித்துக் கிடந்தது, இண்டு இடுக்குகளிலெல்லாம் மார்க்ஸ், லெனின், மாவோவின் கருத்துக்கள் பாய்ந்து நிறைந்திருந்தன.

ஆனால் பக்கத்தில் இருந்த தினமணிடாக்கீஸில் படம் ஓடிக்கொண்டிருந்தது. கடைகளில் ஜனங்கள் ஏதேதோ பொருட்களை வாங்கிக்கொண்டிருந்தனர். கோவில்களில் சாயரட்சை நடந்துகொண்டிருந்தது. பஸ்கள் கர்ம சிரத்தை யோடு ஓடிக்கொண்டிருந்தன. மதுரை ரயில்வே ஸ்டேஷனில் வெளியூர்களுக்குப் போவதற்காக ஜனங்கள் காத்துக் கிடந்தார்கள், ஹோட்டல்களில் மாலை நேர வியாபாரம் மும்முரமாக நடந்துகொண்டிருந்தது. கோபால் பிள்ளை குனிந்து ஏதோ எழுதிக்கொண்டிருந்தார். சுப்பிரமணிய பிள்ளையின் ஜவுளிக் கடையிலும் கூட்டத்திற்குக் குறைவில்லை. சீதா பவனத்தில் சீதாவுடன், இரண்டு மருமகள்களும் குத்துவிளக்கு முன்னால் உட்கார்ந்து தேவாரப் பதிகத்தைப் பாடிக்

கொண்டிருந்தார்கள். பாலகிருஷ்ணன் காபி குடித்துவிட்டு, அடுத்த நாள் வகுப்பெடுப்பதற்காக காலேஜ் செலபஸைப் புரட்டிக்கொண்டிருந்தார். வெங்கம்மாள் கோலப்பனுக்குத் தோசை சுட்டுக்கொண்டிருந்தாள். பீட்டர் வார ரிப்போர்ட்டை எழுதிச் சரிபார்த்துக்கொண்டிருந்தான். அவன் மனைவி ரெபேக்காள் பிள்ளைகளுக்குப் பாடம் சொல்லிக் கொடுத்துக் கொண்டிருந்தாள். உலகமே புரட்சியைப் பற்றி எந்தக் கவலையுமில்லாமல் வழக்கம் போல் இயங்கிக்கொண்டிருந்தது.

பிச்சாண்டி கூட்டம் முடிந்த பிறகு உடனே புறப்பட்டுச் சென்றுவிடவில்லை. கூட்டம் நடந்த வீடு, துரைப்பாண்டிக்குத் தெரிந்த வெள்ளையப்பனுடைய வீடு. வெள்ளையப்பன் துரைப்பாண்டியுடன் கல்லூரியில் படித்தவன், அவனுடைய அப்பா வைரவன் செட்டியார் கீழமாசி வீதியில் அடகுக் கடை நடத்தி வந்தார். தேவகோட்டைக்காரர். ஆறு தட்டுள்ள பெரிய வீடு அது. மாடியிலும் நாலைந்து அறைகள் இருந்தன. செட்டியாரிடம், நாங்கள் நண்பர்களெல்லாம் சேர்ந்து ஸ்டடி சர்க்கிள் ஆரம்பிக்கிறோம் என்று மட்டும் வெள்ளையப்பன் கூறியிருந்தான். என்ன ஸ்டடி சர்க்கிள் என்று அவன் கூறவில்லை. அவரும் கேட்கவில்லை. ‘ஏதோ கூட்டுச் சேர்ந்து படிக்கத்தானே’ என்று செட்டியாரும் சம்மதித்துவிட்டார்.

பிச்சாண்டி அங்கே வந்திருந்தவர்கள் எல்லோருடைய பெயர்களையும், வீட்டு விலாசங்களையும் ரொம்ப அக்கறையுடன் விசாரித்துத் தெரிந்துகொண்டார். பிச்சாண்டி அவர்களுடைய வட்டத்தில் வந்து சேர்ந்துகொண்டது சோமு, துரைப்பாண்டி, வெள்ளையப்பன் உள்பட எல்லோருக்குமே சந்தோஷமாக இருந்தது.

பிச்சாண்டி அல்பேனியக் கம்யூனிஸ்ட் கட்சியைப் பற்றி அதிகமாகப் பேசினாலும், ரஷ்ய, சீன கம்யூனிஸத்தைப் பற்றியும் ஏராளமாகத் தெரிந்து வைத்திருந்தார். அவர் பேசப் பேச அவர்கள் எல்லாம் வியப்புடன் கேட்டுக்கொண்டிருந்தார்கள். மார்க்ஸியம் அவருடைய விரல் நுனியில் இருந்தது. அன்றைய கூட்டம் முடியப் போகும்போது, நாம் வெறுமனே கூடிப் பேசினால் போதாது. நம்முடைய கருத்துக்களை எல்லாம் மக்களிடம் எடுத்துச்செல்ல ஒரு பத்திரிகையை ஆரம்பிக்க வேண்டும் என்று சொன்னார். அந்த அபிப்பிராயம் எல்லோருக்குமே பிடித்திருந்தது. பிச்சாண்டியையே ஆசிரியராகப் போடுவதென்று எல்லோரும் சொன்னார்கள். அவர் மீது அவர்களுக்கு அத்தனை நம்பிக்கை ஏற்பட்டிருந்தது.

அவருடைய மார்க்ஸிய அறிவும், அதை அவர் தெளிவாகப் பேசிய விதமும் அவர்களை அண்ணாந்து பார்க்க வைத்தது. அவரைப் பற்றிய எந்த விபரமும் அவர்களுக்குத் தெரியாது. அவரும் சொல்லவில்லை. அவர்களும் கேட்கவில்லை. அவரது அபாரமான மார்க்ஸிய அறிவு அவர்களை மதி மயக்கியிருந்தது. பிச்சாண்டியை மனதுக்குள் கொண்டாடினார்கள். இரண்டு வாரம் கழித்து மீண்டும் கூடுவதென்றும், அன்று பத்திரிகை பற்றி முடிவு செய்வதென்றும் முடிவுசெய்தார்கள். வழக்கம் போல் கூட்டம் முடிந்தபிறகும், தெருவில் நின்று வெகு நேரம், உலகத்தையே மறந்து பேசிக்கொண்டிருந்தார்கள். பிச்சாண்டியைப் பிரியவே மனமின்றிப் பிரிந்தார்கள். துரைப்பாண்டி சோமுவிடம், "சோமு! அடுத்த கூட்டத்துக்கு சபாபதியை எப்படியாவது கூட்டிக் கொண்டு வந்துவிடு!" என்றான் "நாளைக்கே அவரைப் பார்த்துப் பேசிட்டு வாரேன்" என்றான் சோமு. எல்லோரும் போய்விட்டார்கள். சோமுவுக்கு நடக்கவேண்டும் போலிருந்தது. நடந்தே வீட்டுக்குப் போகலாம் என்று நினைத்தான்.

வீடுகளும், கடைகளும், வியாபார நிறுவனங்களும் மாறி மாறி வந்துகொண்டிருந்தன. கார்களும், மோட்டார் சைக்கிள்களும், சைக்கிள் ரிக்ஷாக்களும், பஸ்ஸும் அவனைக் கடந்து போய்க் கொண்டிருந்தன. ஒளி வெள்ளம், வித விதமான ஹாரன் ஒலிகள். இந்த ஊருக்கு எத்தனை வயதிருக்கும்? எத்தனை நூறு ஆண்டுகளைக் கடந்திருக்கும் இந்த ஊர்? சங்க காலத்துக்கு முன்பே, இரண்டாயிரம், மூவாயிரம் ஆண்டுகளுக்கு முன்பிருந்தே இந்த ஊர் இருக்கிறது என்று சொல்கிறார்கள். எத்தனை அரசர்கள் இந்த ஊரில் இருந்திருப்பார்கள், எத்தனையோ லட்சம் மக்கள் வாழ்ந்துவிட்டுச் சென்ற ஊர். கோவலனும், கண்ணகியும் இந்தத் தெருக்களில் நடந்திருப்பார்களா? புரட்சி நடந்து ரஷ்யா மாதிரி சீனா மாதிரி இந்தியாவும் ஆகிவிட்டால், இந்த வீடுகள், கட்டடங்கள் எல்லாம் அரசின் சொத்துக்களாகிவிடும். அப்பாவுடைய கடை, சீதா பவனம் கூட அரசுக்குச் சொந்தமாகிவிடும், அப்பா, குத்தாலம் அண்ணன், கடையில் வேலை பார்க்கிற கிட்டு மாமா, தட்சிணா எல்லாருக்கும் சர்க்காரே சம்பளம் கொடுக்குமா? கூத்தியார் குண்டில் மாமாவுடைய நிலபுலன்கள் எல்லாம் அரசின் வசம் போய் விடுமா? குடும்பம், தனிச் சொத்து இல்லாத உலகம் என்று கற்பனை செய்து பார்த்தான் சோமு.

"ஏன் ஐயா பார்த்துப் போகமாட்டியா?" என்ற குரலைக் கேட்டு பிளாட்பாரத்தில் ஏறினான் சோமு. இவ்வளவு தூரம்

நடந்தே வந்ததில் கால் வலித்தது. ஆர்யபவன் பக்கம் வந்து விட்டான். வீடு இன்னும் கொஞ்ச தூரம்தான்.

பிச்சாண்டியின் அலுவலகம் சொக்கிகுளத்தில் இருந்தது. மத்திய இண்டெலிஜென்ஸ் ஏஜென்ஸியின் அலுவலகம் அது. வெளியே அதைத் தெரிவிக்கும் போர்டு எதுவும் இருக்காது. அன்று அலுவலகத்திற்கு வந்ததும், முன்தினம் வெள்ளையப்பனுடைய வீட்டுக் கூட்டத்திற்கு வந்திருந்தவரின் பெயர்கள், அந்தக் கூட்டத்தில் என்ன பேசப்பட்டது என்பதைப் பற்றியெல்லாம் ரிப்போர்ட் டைப் செய்தார். அந்த ரிப்போர்ட்டுக்கு மூன்று பிரதிகள் இருந்தன. ஒன்றை டெல்லி அலுவலகத்திற்கும், மற்ற இரண்டையும் உள்ளூர் மற்றும் மாநில போலீஸ் அலுவலகங்களுக்கும் அனுப்பும்படி டெஸ்பாட்ச் கிளார்க் நளினியிடம் கொடுத்தார்.

கமர்ஷியல் பிரிவைச் சேர்ந்த ராமுண்ணி உயர் அதிகாரியின் அறைக்குள் எப்போதோ போனவன், அவர் ரிப்போர்ட்டை டைப் அடித்து முடித்து, டெஸ்பாட்ச் செய்யக் கொடுத்த பிறகும் வெளியே வரவில்லை. ராமுண்ணி ரியல் எஸ்டேட்டில் என்னென்ன தகிடுதத்தங்கள் நடக்கின்றன என்பதையெல்லாம் கதைகதையாகச் சொல்லுவான். அப்படித்தான் ஏதாவது கதையை ஆபீஸரிடம் அளந்து கொண்டிருக்கிறானோ என்னவோ? கதையளப்பதில் அவன் மன்னன். பேச ஆள் கிடைத்தால் விட மாட்டான். ஆனால், ரொம்பக் கெட்டிக்காரன்.

பிச்சாண்டிக்கு இரண்டு நாள் லீவு வேண்டும். அவருடைய மனைவி தாயம்மை மூத்த மகள் சொர்ணத்துக்காக சங்கரன் கோவில் கோவிலில் மா விளக்குப்போட நேர்ந்திருந்தாள். அதை நிறைவேற்ற வேண்டும், அதற்கு லீவு கேட்கத்தான் காத்திருந்தார். ஊருக்குப் போய்விட்டு வந்து லீவு சொன்னால் கூட ஆபீஸர் ஒன்றும் சொல்லமாட்டார். ஆனால் அவருக்குத்தான் மனசு கேட்கவில்லை. சிகரெட் குடிக்கலாம் என்று தோன்றியது. ஆஃபீஸுக்கு வெளியே வந்து போர்ட்டிகோவில் நின்றார். அது ஒரு நாட்டுக் கோட்டை செட்டியாருடைய வீடு. மாடி எல்லாம் இருந்தது. ஒரு கார் தாராளமாக வீட்டைச் சுற்றி வருகிற அளவுக்கு சுற்றிலும் இடம் விட்டுக் கட்டப்பட்டிருந்தது. ரோட்டிலிருந்து காம்பவுண்டுக்குள் நுழைகிற இரும்பு கிரில் கேட்டை ஒட்டிப் பெரிய பன்னீர் மரம் நின்றது. போர்டிகோவுக்கு எதிரே ஏராளமான செவ்வரளிச் செடிகள் காம்பவுண்டுச் சுவருக்கு மேல் உயரமாக வளர்ந்து நின்றன.

வலது மூலையில் ஒரு வாதுமை மரம். பங்களாவின் பின்புறத்தில் அடுக்கு மல்லிச் செடியும், கொடிமுல்லையும் கூட உண்டு. அட்டெண்டர் சர்வகோபால் என்றாவது அவற்றுக்குத் தண்ணீர் ஊற்றுவான். அந்தப் போதாத தண்ணீரிலேயே அந்த மரங்கள் செடிகளெல்லாம் சந்தோஷமாக வளர்ந்து நின்றன. பிச்சாண்டி கோல்டு பிளேக் சிகரெட்டை வாயில் வைத்துப் பற்ற வைத்தார்.

விரல்களெல்லாம் மரக்கட்டை போலிருந்தன, மென்மை யாகவே இல்லை. மனமும் இந்த வேலைக்கு வந்து மரக்கட்டை போலாகிவிட்டதா? உண்மையிலேயே நேற்று அந்த ஸ்டடி சர்க்கிள் பையன்கள் எந்த விகற்பமும் இல்லாமல், அவருடைய மார்க்ஸிய அறிவை எவ்வளவு மதித்து நடந்துகொண்டார்கள். அவர் மீது அவர்களுக்கு இருந்த மதிப்பும், மரியாதையும் அவர்களுடைய நடவடிக்கைகளிலேயே தெரிந்தது. அப்பேர்ப்பட்ட பையன்களைக் காட்டிக்கொடுக்கிற மாதிரி, ரிப்போர்ட் எழுதி மேலதிகாரிகளுக்கு அனுப்புகிற இந்த வேலை ஒரு வேலையா? அவர்களை நம்ப வைத்துக் கழுத்தறுத்தது போலத்தான். ஒரு உளவாளியால் வேறென்ன செய்ய முடியும்? அன்பு, இரக்கம், மனசாட்சி இவையெல்லாம் இந்த வேலையில் செல்லுபடியாகாது. இதெல்லாம் தெரிந்துதானே இந்த வேலையில் சேர்ந்தார். எந்த விஷயத்தைப் பற்றி வேண்டு மானாலும் அவரால் ஆதியோடந்தமாகப் பேச முடியும். ஆனால், அவ்வளவும் வேவு பார்ப்பதற்காக, உளவறிவதற்காக. யோசனையில் கையில் சிகரெட் இருப்பதையே மறந்து விட்டார். சர்வகோபால், ராமுண்ணி ஆபீஸர் அறையிலிருந்து வெளியே வந்துவிட்டார் என்றான். நமக்கு எதற்குத் தேவையில்லாத யோசனையெல்லாம் என்று நினைத்துக்கொண்டே, சிகரெட்டைக் கீழே வீசி அணைத்துவிட்டு, அலுவலகத்திற்குள் சென்றார்.

21

சீதா பவனத்தில் அன்று காலையில், வழக்கம் போல் சுப்பிரமணிய பிள்ளையும் செண்பகக் குற்றாலமும் கடைக்குப் போய் விட்டனர். எப்போதும் அப்பா அண்ணன் எல்லாம் புறப்பட்டுப் போன பிறகு சாவகாசமாகக் குளித்துவிட்டுச் சாப்பிடும் சோமு, அன்று அவனும் அவர்களுடன் உட்கார்ந்து சாப்பிட்டான். சுப்பிரமணிய பிள்ளைக்கே அது ஆச்சரியமாக இருந்தது. ஒருவேளை நல்ல புத்திவந்து தங்களுடன் கடைக்குக் கிளம்புகிறானோ என்றுகூட நினைத்தார். அவருக்கு மட்டுமல்ல; சீதா, ராஜி, மீனா, குற்றாலம் எல்லோருக்குமே ஆச்சரியமாக வும், சந்தோஷமாகவும் இருந்தது.

ஆனால் சாப்பிட்ட பிறகு, சபாபதிக்குப் போன் செய்தான். அவரைப் பார்க்க வரலாமா என்று கேட்டான், சபாபதி வரச் சொன்னார். அவன் டெலிபோனில் சபாபதியிடம் பேசியதைக் கேட்டபிறகு, சுப்பிரமணிய பிள்ளைக்குச் சப்பென்றாகி விட்டது. சோமு வேறு எங்கோ போவதற்காகத்தான் தங்களோடு உட்கார்ந்து சாப்பிட்டிருக்கிறான் என்பது தெரிந்ததும் அவரும் குற்றாலமும் கடைக்குக் கிளம்பிவிட்டார்கள். சோமு சட்டையைப் போட்டுக்கொண்டு சபாபதியைப் பார்க்க தானப்ப முதலி அக்ரஹாரத் துக்குப் புறப்பட்டான். மீனாவிடம், "பக்கத்துல சபாபதி வீட்டுக்குப் போயிட்டு வாரேன்." என்று சொல்லிக்கொண்டே செருப்பை மாட்டினான். மீனா, "நீங்க எங்க போனா எனக்கென்ன? கொஞ்ச மாவது வீடு, குடும்பங்கிற நெனைப்பு இருந்தாத் தான?" என்றாள். அவளுடைய எரிச்சலைப் பற்றிக் கவலையே படாமல் கதவைத் திறந்துகொண்டு போனான். வாடகைக்குவிட்டிருக்கும் நாலு

வீடுகளையும் தாண்டி, மெயின் கேட் கதவைத் திறந்துகொண்டு சௌராஷ்டிரா சந்தில் இறங்கினான்.

நாலு எட்டு நடந்தால் மேலமாசி வீதி. கொஞ்சதூரம் நடந்து வலது புறம் திரும்பினால், மேலக் கோபுரவாசல் தெரு. மேலமாசி வீதியும், மேலக் கோபுர வாசல் தெருவும் சந்திக்கிற இடத்தில் நடுத் தெருவில் நின்று வடஇந்திய யாத்ரீகர் கூட்டம் ஹிந்தியிலோ, வேறு ஏதோ வட இந்திய மொழியிலோ சத்தம் போட்டுப் பேசிக்கொண்டிருந்தது. இந்தியாவில் ஆயுதப்புரட்சி நடந்தால் கோவிலெல்லாம் இருக்குமா? இந்த மாதிரி யாத்ரீகர்களெல்லாம் வந்து கூடுவார்களா? மார்க்ஸ் 'மதம் ஒரு அபின்' என்கிறார். லெனினோ, மாவோவோ கடவுள் நம்பிக்கை இல்லாதவர்கள். ரஷ்யா, சீனாவிலெல்லாம் சர்ச்சுகளோ, பௌத்த விகாரங்களோ உண்டா? பிச்சாண்டி பாராட்டிச் சொல்கிற அல்பேனியாவில் சர்ச்சுகள் உண்டா? இதைப்பற்றி பிச்சாண்டியிடம் கேட்க வேண்டும். சபாபதிக்குக் கூடத் தெரிந்திருக்கலாம். யோசித்துக்கொண்டே நடந்தவன், தானாகவே தானப்பமுதலி அக்ரஹாரத்தில் திரும்பினான். ஒரு பெரிய பசு அசையாமல் தெருவோரத்தில் நின்று கொண்டிருந்தது. புரட்சிக்குப் பின் இதுமாதிரி தெருவில் சகஜமாக அலைகிற பசு, நாய்கள் எல்லாம் எங்கே போகும்? 'கத்திரிக்காய், வெண்டைக்காய், அவரைக்காய், வாழைக்காய்' என்று கத்திக்கொண்டே ஒரு நடுத்தரவயதுப் பெண் தலைச் சுமையாக காய்கறி விற்றுக்கொண்டே எதிர்ச்சாரியில் போனாள். சீனாவில் தெரு வியாபாரிகள் எல்லாம் இருக்க மாட்டார்கள். சபாபதி வீடு வந்துவிட்டது.

படியேறி கதவைத் தட்டினான். சபாபதியே வந்தார். கதவைத் திறந்ததும் அவனை, "வா சோமு" என்று உள்ளே அழைத்தார். நுழைந்ததும் எல்லா மதுரை வீடுகளையும் போல் நடைகூடம் இருந்தது. அதை அடுத்து பெரிய அறை. அதில் சோபாவெல்லாம் இருந்தது. அந்தக் காலத்து மர சோபா செட், நல்ல கருங்காலி மரத்தில் செய்தது. கைப்பிடிகளெல்லாம் வழுவழுவென்றிருந்தன. சோபாவைக் காட்டி உட்காரச் சொன்னார் சபாபதி. சபாபதிக்கு அவனைவிட ஏழெட்டு வயதாவது அதிகமிருக்கும். வீட்டுக்குள் மனதுக்கு ரம்மியமான மெல்லிய இருட்டும், குளிர்ச்சியும் இருந்தது.

"என்ன சாப்பிடறே?" என்று கேட்டார் சபாபதி.

"அதெல்லாம் ஒண்ணும் வேண்டாம். இப்பதான் சாப்ட்டுட்டு வாரேன்."

"அன்னிக்கும் அப்படித்தான்டா. ஒன்னைத் தேடிவந்தவன் காபி கூட சாப்பிடாமே வாசல்லேயே நின்னுட்டுப் போய்ட்டான்டா." என்று வீட்டினுள் சபாபதியுடைய அம்மா சொன்னது கேட்டது.

"அவன் ரொம்ப சங்கோஜி அம்மா" என்றார் சபாபதி.

"இவனுக்கு என்ன சங்கோஜம் வேண்டியிருக்கு? முன்னப் பின்னத் தெரியாதவனா?" என்று உள்ளே இருந்துகொண்டே அந்த அம்மா உரிமையுடன் பேசினது சோமுவுக்குப் பிடித்திருந்தது.

"என்ன. . . ஸ்டடி சர்க்கிள் எல்லாம் எப்படிப் போகுது?"

"நீங்க தான் வரலை. ஒங்களைக் கூட்டிட்டுப் போகத்தான் வந்தேன்."

"நானா? எதுக்கு?"

"சாரு மஜூம்தார் வந்துட்டுப் போனது உங்களுக்குத் தெரியாதா?"

"தெரியும் தெரியும். கோபால்பிள்ளை அண்ணாச்சிய இரண்டு நாளைக்கு முன்னால் பாத்தேன். அப்போ சொன்னார்"

"நான் அவரைப் பாக்கல. பாலகிருஷ்ணன் சார், துரைப்பாண்டி எல்லாம் பாத்திருக்காங்க. பாலகிருஷ்ணன் வீட்டிலேயே சாப்பிட்டிருக்கார்"

"அப்படியா?"

"அவர் குடுத்துட்டுப்போன அறிக்கையை வச்சுத்தான் ஸ்டடி சர்க்கிள் நடந்துக்கிட்டு இருக்குது. எட்டுப் பையங்க வாராங்க. பிச்சாண்டின்னு ஒருத்தர் புதுசா வந்து சேர்ந்திருக்கார். ரொம்ப படிச்ச ஆளா இருக்கார். நீங்களும் வாங்க சபாபதி. துரைப்பாண்டி உங்களைக் கையோட அழைச்சுட்டு வரச்சொன்னான்."

"நான் அங்கே வந்து என்ன பண்ணப் போறேன் சோமு?" மார்க்ஸீய தத்துவ நூல்களெல்லாம் நான் ஏற்கெனவே படிச்சிருக்கேன். எனக்கு அரசியலிலே எல்லாம் இன்ட்ரஸ்ட் இல்லை சோமு. நீ இதிலே ரொம்ப ஆர்வமா இருக்கிறதுதான் எனக்கு ரொம்ப ஆச்சரியமா இருக்குப்பா?"

"நாம சுதந்திரம் வாங்கி இத்தனை வருஷமாகியும் ஏழ்மையைப் போக்க முடியலை. சாப்பாட்டுக்கே கஷ்டப் படுகிறவங்க, வேலை இல்லாம கஷ்டப்படுகிறவங்க இவங்களுக்

கெல்லாம் விடிவு காலமே இல்லாமல் இருக்கு. இங்க இருக்கிற கட்சிகள் எல்லாம், அவங்கவங்க கட்சியோட நலனைத்தான் கவனிக்கிறாங்களே தவிர, ஜனங்களைப் பத்தி யாரும் நெனைக்கிறதாகத் தெரியலை. முதல்லே நிலவுடமையை ஒழிக்கணும். அப்போதான் நாடு உருப்படும்" என்று மேடையில் பேசுவது போல் பேசினான். சபாபதி லேசான புன்முறுவலுடனும், ஆச்சரியத்துடனும் அவனைப் பார்த்தார். சோமுவுக்கே, தான் பேசியது என்னவோ போலிருந்தது.

"ஏ அப்பா! பெரிய பிரசங்கமே பண்ணி முடிச்சிட்டே. சரி, நீங்க மார்க்ஸியம், சாரு மஜூம்தாரோட கட்டுரை இதையெல்லாம் படிச்சிட்டு என்ன செய்யப்போறீங்க? அவர் ஒரு தீவிரவாதி மாதிரி. அரசியல்லே அவரோட ஸ்டேண்ட் எக்ஸ்ட்ரீம் ஸ்டேண்ட்."

"அதனாலேதான் ஆயுதப் புரட்சி வரணும்னு சொல்லுறாரு. லேண்ட்லார்டுகளை ஒழிக்கணும்கிறார். அவரோட கட்சியை இங்க துவக்கப் போறோம்"

"அவர் சைனாக்காரன் பின்னாலே போகிற ஆளு. சைனாவிலே மாசேதுங் சர்வாதிகாரி மாதிரி ஆட்சி நடத்துதாரு. சரிப்பட்டு வருமா? அவங்க ஸ்டேட்ல, வெஸ்ட் பெங்கால்ல நிலச் சீர்திருத்தத்தை சரியாப் பண்ணலே. இங்க தமிழ்நாட்டிலே 1960லேயே நிலச்சீர்திருத்தச் சட்டம் வந்தாச்சு. 5 பேர் கொண்ட குடும்பத்துக்கு 30 ஏக்கர் நிலம்தான் இருக்கலாம்னு சட்டம் போட்டாச்சு. பிறகு இந்த 30 ஏக்கரை 15 ஏக்கராகவும் குறைச்சாச்சு. அதனாலே இங்கே லேண்டலார்டு யாருமில்ல."

"சைனாவிலே மாசேதுங் சர்வாதிகார ஆட்சி நடத்துதார்ன்னா சொல்றீங்க?" என்று ஆச்சரியத்தோடு சோமு கேட்டான்.

"ஆமா பின்னே? அங்கேயும், ரஷ்யாவிலேயும் ஒரு கட்சியோட ஆட்சிதானே நடக்குது? பாட்டாளி வர்க்கச் சர்வாதிகாரம்ன்னு சொல்லி ரஷ்யாவிலேயும், சைனாவிலேயும், கம்யூனிஸ்ட்கள் ஆட்சியைப் பிடிச்சாங்க. ஆனா, ஏழை, எளிய பாட்டாளிகளா ஆட்சியை நடத்துறாங்க? அவங்க பேரைச் சொல்லி கம்யூனிஸ்ட் கட்சித் தலைவர்கள்தான் ஆட்சி நடத்துறாங்க. பாட்டாளி வர்க்கச் சர்வாதிகாரம்னு சொல்றது ஒரு அரசியல் பித்தலாட்டம்தான்." என்றார் சபாபதி. சோமு, அவர் தன்னுடைய வர்க்கக் கண்ணோட்டத்துடன் பேசுகிறார் என்று நினைத்தான். "இங்கே ஜனநாயக ஆட்சி நடக்குது. ஆனா பணக்காரங்கதானே ஆட்சி நடத்துறாங்க?" என்று கேட்டான் சோமு.

“எல்லா எம்.எல்.ஏ., எம்.பி.க்களும் பணக்காரங்கன்னு ஒரேடியாச் சொல்லிர முடியாது?”

“எலெக்ஷன்லெ நிக்கிறதுக்கே ஏராளமான பணம் இருந்தாத்தானே நிக்க முடியும்? இவ்வளவு பணத்தைச் செலவு பண்ணி எம்.எல்.ஏ, எம்.பி.யா ஆகிறவங்க சாதாரண ஜனங்களை எங்கே கவனிக்கப் போறாங்க? ரஷ்யா, சைனாவிலே எல்லாம் வறுமை இல்லையே. உணவுத் தட்டுப்பாடு இல்லியே. அந்தக் கவர்மெண்ட் எல்லாருக்கும் வேலை கொடுத்திருக்கே.”

“நம்ம நாட்டிலேயும் ரேஷன்லே அரிசி, குறைஞ்ச வெலையிலே போடறாங்க. மண்ணெண்ணெய் எல்லாம் தரலையா? ஆனால், ரஷ்ய அரசு சைபீரியாவிலே லட்சக் கணக்கான ஆட்களை ஜெயில்லே அடைச்சு வச்சுக் கொடுமைப் படுத்துது. ரஷ்யா விலேயோ, சைனாவிலேயோ கவர்மெண்டை எதிர்த்து யாரும் பேச முடியாது. சுதந்திரத்தைப் பறிச்சு வச்சுக்கிட்டு சாப்பாடு மட்டும் போட்டா போதுமா சோமு..?”

“அங்கே ஏழை, பணக்காரன், நிலப் பிரபுன்னு வர்க்கங்கள் இல்லையே?”

“அங்கேயும் ஏற்றத்தாழ்வு எல்லாம் இருக்கு. கம்யூனிஸ்ட் கட்சிக்காரங்க, கட்சிமேலிடத்திலே உள்ளவங்க எல்லாம் அங்கே வசதியான வாழ்க்கை வாழறாங்க. சாதாரண மக்கள் தங்களோட கஷ்டத்தை வெளியே சொல்லக்கூட முடியாமல் அடிமைகள் மாதிரிதான் வாழ்ந்துக்கிட்டு இருக்காங்க. அந்த நாடுகள்லே எல்லாம் மூடுமந்திரமா இருக்கு. என்ன தப்பு நடந்தாலும் வெளியே தெரியாது.”

“இங்கே சுதந்திரம் இருந்தும், மக்களுடைய அடிப்படைத் தேவைகள் கூட நிறைவேறலையே.”

“நம்ம நாட்டிலே பிரச்சனைகள், கஷ்டங்கள் இல்லைன்னு சொல்லலை. ஆனா என்ன நடந்துக்கிட்டு இருக்குன்னு அத்தனை பேருக்கும் தெரியும். தங்களுடைய பிரச்சனை களுக்காக ஜனங்கள் போராடலாம். பத்திரிகையிலே எழுதலாம். மேடை போட்டுப் பிரச்சனைகளைப் பத்திப் பேசலாம். நமக்குப் பிடிச்ச மாதிரி வாழலாம். பிடிச்ச வேலையைச் செய்யலாம். சைனாவிலே இதெல்லாம் நடக்குமா? ரஷ்யாவிலே இதெல்லாம் நடக்குமா? அந்தக் கவர்மெண்ட்டும் அங்க உள்ள கம்யூனிஸ்ட் கட்சித் தலைவர்களும் என்ன சொல்றாங்களோ அதுதான் வேதவாக்கு. மாற்றுக் கருத்துக்கே அங்கே இடமில்லை. இங்க இந்த சாரு மஜூம்தார் நிலப் பிரபுகளை ஒழிக்கணும், ஆயுதப் புரட்சி வரணும்னு சொல்கிற அளவுக்கு அவருக்குச் சுதந்திரம்

தரப்பட்டிருக்கு. சைனாவிலே இந்த மாதிரி மாசேதுங்கை எதிர்த்துப் பேசமுடியுமா? அந்தக் கவர்மெண்ட்டை எதிர்த்துப் புரட்சி நடத்தப் போறேன்னு சொல்ல முடியுமா."

சோமு பேசாமல் இருந்தான். சபாபதி சொல்வதில் நியாயம் இருப்பதுபோல் தோன்றியது.

அப்படியானால் இத்தனை நாளும் அவன் நம்பிக்கையோடு படித்த மார்க்ஸிய நூல்கள் எல்லாம் தவறானவையா?

"அப்போ மார்க்ஸியம், லெனினியம், மாவோயிஸம் எல்லாம் தப்பா?" என்று கேட்டான்.

"மார்க்ஸ் ஏழைகள் கஷ்டப்படுகிறதைப் பாத்து ஒரு கொள்கையை உருவாக்கினார். மூலதனம் எப்படி உருவாகிறதுன்னு ஆராய்ந்தார். அப்போ அவர் வாழ்ந்த ஜெர்மனி, பிரிட்டனிலே எல்லாம், தொழில்கள் எல்லாம் தனியார்கிட்டேதான் இருந்தது. தனியாரோட பங்களிப்புதான் சமூகத்திலே அதிகமாக இருந்தது. தவிர, தொழிலாளர்கள், சாதாரண மக்களோட நிலைமை ரொம்ப மோசமா இருந்தது. முதலாளிகளுக்குக் கடிவாளம் போட மார்க்ஸ் நினைச்சாரு. அதனால் தொழிலாளர்களின் உழைப்பிலுள்ள உபரியை வைத்து முதலாளிகள் ஆதாயம் அடைகிறார்கள் என்ற முடிவுக்கு வந்தார். அவருடைய தத்துவம் பூராவுமே மூலதனத்துக்கும், ஒரு சிலரிடமே செல்வம் குவிந்து கிடப்பதற்கும் எதிரானது. இது அவர் வாழ்ந்த 19ஆம் நூற்றாண்டின் நிலை.

"அப்போ தொழிலாளர்களுக்காகப் போராட, இப்போது இருக்கிற மாதிரி யூனியன் அமைப்பெல்லாம் இல்லை. அரசுகளால் முதலாளிகளைக் கட்டுப்படுத்த முடியவில்லை. அதையெல்லாம் பார்த்துதான் தனது கொள்கைகளை மார்க்ஸ் அமைத்தார். பிறகு வந்த லெனின், மார்க்ஸை விரிவுபடுத்தி சோஷலிஸத்தை முன்வைத்தார். மக்களைத் திரட்டினார். ரஷ்யாவில் இருந்த மன்னராட்சியை அகற்றினார். ரஷ்யாவில் கம்யூனிஸ்ட் கட்சிகள் ஆட்சிக்குவந்த பிறகு அங்கே உள்ள எல்லாமே அரசுடைமை ஆகி விட்டன. தனியுடைமை ஒழிக்கப்பட்டது. கம்யூனிஸ்ட் கட்சிதான் உற்பத்தியைத் தீர்மானித்தது. ஆனால் ரஷ்ய மக்கள் எல்லோரும் சுதந்திரமற்றவர்கள் ஆனார்கள். ஜாரின் சர்வாதிகார ஆட்சிபோய், கம்யூனிஸ்ட்களின் சர்வாதிகாரம் வந்தது. சைனாவிலும் இதுதான் நடந்தது. தனியுடைமையை ஒழித்த ரஷ்ய – சீன அரசுகள் மனிதனின் சுதந்திரத்தையும், அவனது பேச்சுரிமையையும் சேர்த்தே ஒழித்துவிட்டன. இதுதான் நடந்தது."

“நீங்க சொல்லுத சுதந்திரம், முதலாளிகளோட சுதந்திரம். நிலப்பிரபுகளோட சுதந்திரம், பணக்கார வர்க்கத்தின் சுதந்திரம்” என்றான் சோமு.

“இது உன்னுடைய மார்க்ஸியக் கண்ணோட்டம். நீ அசல் கம்யூனிஸ்ட் ஆகவே மாறிட்டே. சுதந்திரம் என்பது உணவு, உடை, இருப்பிடம் மாதிரி மனுஷனோட அடிப்படைத் தேவைப்பா.”

“ரஷ்யா, சைனாவிலே எல்லாம் பத்திரிகைகள், பார்லிமெண்ட் இதெல்லாம் இல்லாமலா இருக்குது?”

“பத்திரிகைகள் இருக்கு, பார்லிமெண்ட் இருக்கு. ஆனால் அது எல்லாம் கம்யூனிஸ்ட் கட்சியோட கட்டுப்பாட்டிலேதான் இருக்கு. கட்சி எந்தச் செய்தியை வெளியிடலாம்னு நெனைக்குதோ அதைத் தான் வெளியிடும். அங்க உள்ள பார்லிமெண்ட் எல்லாம் வெறும் பொம்மை பார்லிமெண்ட். கம்யூனிஸ்ட் கட்சியாலே, கம்யூனிஸ்ட்கள் மட்டுமே இருக்கிற ஒரு கட்சியோட பார்லிமெண்ட் அவை.”

“அடிப்படைத் தேவைகளை எல்லாம் அந்தக் கவர்ன்மெண்டுகள் செஞ்சு குடுத்திருக்கு, பிறகென்ன சார்?”

“உன்னோட கண்ணோட்டமே மார்க்ஸையும், லெனினையும் ஃபாலோ பண்ணுகிறதா, ஒருதலைப்பட்ச மானதா இருக்கு சோமு. நீ மூளைச் சலவை செய்யப் பட்டிருக்கே. மார்க்ஸிய பிடிவாதக்காரனா, மார்க்ஸிய முரண்டுபிடிக்கிறவனா ஆயிட்டே. சுதந்திரம்கிறதுலே பேச்சு, எழுத்து சுதந்திரம், பார்லிமெண்ட் மட்டும் இல்லே. கலாச்சார, பண்பாட்டுச் சுதந்திரமும் அடங்கியிருக்கு. நம்ம ஊர் கோவில்கள், சர்ச்சுகள், மசூதிகள்லே இருக்கிற வழிபாட்டுச் சுதந்திரம் இங்கே இருக்கிற மாதிரி அங்கே இல்லே. ஏன்னா அந்த அரசுகள் ஜனங்களோட கலாச்சார, பண்பாடுகளைப் பத்திக் கவலைப்படலை. நம்ம நாட்டிலே எல்லா மதத்துக்காரங் களும் அவங்களோட கடவுளைக்கும்பிடலாம். விழாக்கள் நடத்தலாம், திருமணம், பிறப்பு, இறப்புன்னு எல்லா மதத்திலேயும் ஏராளமான சடங்குகள் இருக்கு. இதையெல்லாம் செய்யலாம். இதுதான் சுதந்திரம்ங்கிறது. வெறும் சாப்பாடு, வேலை மட்டுமே மனிதனுக்குப் போதாது. சாமிகும்பிட, சடங்குகள் செய்ய அவனுக்கு வழி இருக்கணும்.

“சைனாவிலே மாசேதுங், தன் கட்சியோட அரசியல் விழாக்கள், அரசியல் சடங்குகளுக்கு மட்டும்தான் இடம் இருக்கணும்னு நெனைக்கிறார். அந்த ஜனங்கள் காலம்

காலமாகச் செஞ்சுக்கிட்டு வர்ற வழிபாடு, குடும்பச் சடங்குகளுக்கு அங்கே இடமில்லே. அதையெல்லாம் ஒழிக்கணும்னு அவர் அங்கே கலாச்சாரப் புரட்சி நடத்திக்கிட்டு இருக்கார். இதே மாதிரி ரஷ்யாவிலே, முற்போக்குன்னு சொல்லி பேக்டரி சைரன்தான் மியூஸிக்ன்னு சொல்ற அளவுக்கு அவங்க போயிட்டாங்க. பல எழுத்தாளர்களை ரஷ்யா சைபீரியாவுக்கு அனுப்பிட்டுது. ஸொல்ஷெனிட்ஸின்னு ஒரு எழுத்தாளரை ரஷ்ய அரசு கொடுமைப்படுத்துது. ரஷ்ய, சீன, அரசுகள் ஜனங்களை கொத்தடிமைகள் மாதிரிதான் நெனைக்கிறாங்க, இதுக்கு அவங்க நடத்துற சர்வாதிகார ஆட்சி உதவியா இருக்கு."

"அப்போ சாரு மஜூம்தார் நினைக்கிறதெல்லாம் தப்பா சார்?"

"அவர் முதல்லே வலது கம்யூனிஸ்ட் கட்சியிலேதான் இருந்தார். கம்யூனிஸ்ட் கட்சியே இரண்டாப் பிரிஞ்ச அப்புறம் அவரும் கனு ஸன்யாலும் சேர்ந்து புதுக்கட்சி ஆரம்பிச்சாங்க. நக்ஸல்பாரியிலே ஏற்பட்ட பிரச்னைக்கப்புறம் ஆயுதப் புரட்சி பற்றிப் பேச ஆரம்பிச்சார். நம்ம நாட்டுக்கு ஆயுதப் புரட்சி ஒத்துவருமா, மக்கள் அதை ஏத்துக்கிடுவாங்களான்னு அவருக்குக் கவலை இல்லை. தெலுங்கானா புரட்சி எல்லாம் தோத்துப்போச்சு. ஜனங்களுக்குக் கவர்மெண்ட் மேல எந்தக் கோபமும் இல்லை. சைனாவிலே இருந்த அரசு மேலே மாசேதுங் கோபத்தை ஏற்படுத்த ஜனங்களைத் திரட்டி லாங் மார்ச் போனார். இங்கே அந்த மாதிரி எந்த நிலையும் இல்லை. சாரு மஜூம்தார் பேசுகிறது தீவிரவாதம். அது சரியில்லை" என்றார் சபாபதி.

"அப்போ நீங்க எங்க கூட வரமாட்டீங்களா?"

"அதுதான் சொல்லிட்டேனே சோமு, இதிலே எல்லாம் எனக்கு நம்பிக்கை இல்லை."

"அப்போ இதெல்லாம் பிரயோஜனமில்லைங்கிறீங்களா?"

"நமக்கு எதுக்கு அரசியல், கட்சி அது இது எல்லாம். ஏற்கனவே இங்க ஏகப்பட்ட கட்சிகள் இருக்கு. புதுசா இது வேறயா? ஆயுதப் புரட்சியை நீ ஏத்துக்கறையா? உன்னாலே யாரையாவது சாதாரணமா காயப்படுத்தக்கூட முடியாது. ஆயுதம், வன்முறை எல்லாம் உனக்கு ஒத்துவருமா? யாரோ ஒருத்தர் வந்தாரு. ஏதோ கட்டுரைகளைக் குடுத்தாருன்னு அவர் பொறத்தாலே எதுக்குப் போறே? கோபால் பிள்ளை அண்ணாச்சிக்குத் தெரியாத கம்யூனிஸமா?"

“அப்போ என்ன பண்றது?”

“கட்சியிலே எதிலேயாவது சேர்ந்துதான் ஜனங்களுக்கு நல்லது செய்ய முடியுங்கிறது இல்லே. உன் அளவிலே யாருக்காவது உபகாரம் செஞ்சாக்கூட அது நல்ல விஷயம் தான். அவ்வளவுதான் நம்மாலே முடியும். விபரீதமா எதை யாவது கற்பனை செய்து மனசையும், உடம்பையும் கெடுத்துக் கிடாதே.”

சோமுவுக்கு மனதே நிர்மலமானது போலிருந்தது,

“நீங்க சொன்னப்புறம்தான் எல்லாம் தெளிவாப் புரியுது. நான் துரைப்பாண்டிகிட்டே சொல்லிருதேன்” என்றான் சோமு.

“நீங்க எல்லாருமே வெவரம் புரியாமே ஏதேதோ பண்ணிக் கிட்டிருக்கீங்க. எல்லாம் இளமை வேகம். என்ன செய்ய முடியும்?”

“சரி சார். ஒங்களைப் பாத்தது ரொம்ப நல்லதாப்போச்சு. இல்லேன்னா நான் பாட்டுக்குக் கண்ணை மூடிக்கிட்டுப் போயிருப்பேன். சரி வாரேன் சார்! அம்மாகிட்டேயும் சொல்லிருங்க.”

“சரி, போயிட்டு வா சோமு. எப்பன்னாலும் வா.” என்று விடை கொடுத்தார் சபாபதி.

22

சபாபதி வீட்டை விட்டுத் தெருவில் இறங்கி நடக்க ஆரம்பித்தான். அந்தப் பசு மாடு இன்னும் தெருவிலேயே ஆடாமல் அசையாமல் நின்று கொண்டிருந்தது. ஒரு சைக்கிள் ரிக்ஷா 'ஓரம் ஓரம்' என்று சத்தம் போட்டுக்கொண்டே போனது. அவன் இத்தனை நாட்களும் பெரிதாக நம்பியிருந்ததைச் சபாபதி ஒன்றும் இல்லாமலாக்கிவிட்டார். இனி என்ன செய்வது? யோசித்துக்கொண்டே மேலக் கோபுரவாசல் தெரு முனைக்கு வந்தான். இடது புறம் திரும்பி நடந்தான். இசையகம் கடை திறந்திருந்தது. இசைத் தட்டுக்கள் விற்பனை செய்கிற கடை அது. மூன்று பேர் கடைக்குள் இசைத் தட்டுக்களைப் பார்வையிட்டுக் கொண்டிருந்தார்கள். சினிமா பாடல் இசைத்தட்டுக்களுடன், கர்நாடக இசைத்தட்டுகளும் விற்பனைக்கு இருந்தன. சோமு இசையகத்திற்குள் நுழைந்தான். இசைத்தட்டுகளை வாங்குகிற எண்ணமே இல்லை. ஆனால் என்ன செய்வது என்று தெரியாத தத்தளிப்பில் அதனுள் நுழைந்தான்.

டி.எம்.சௌந்திரராஜன் பாடிய இசைத்தட்டை ஒருவர் ஓட விட்டுக் கேட்டுக்கொண்டிருந்தார். கண்ணாடிக் கதவு இருந்தது. அதனால் வெளிச்சத்தமே கடைக்குள் கேட்கவில்லை. "என்ன சார் வேணும்?" கடைப் பையன் கேட்டான். "இல்லை. சும்மா பாக்கத்தான் வந்தேன்" என்று சொன்னான். அதற்குள் அந்தப் பாடல் நிறுத்தப் பட்டு வேறொரு பாடல் ஓடவிடப்பட்டது. மனம் எதிலும் ஒட்டவில்லை. கண்ணாடிக் கதவைத் திறந்துகொண்டு தெருவில் இறங்கினான். எங்கிருந்தோ ஊதுபத்தியின் மணம் வந்தது. எதிர்த்த பண்ட் ஆபீஸ் வாட்ச்மேன் பத்து மணியைக் குறிக்க, காம்பவுண்டுச் சுவரை ஒட்டித் தொங்கவிடப் பட்டிருந்த பெரிய வெங்கலச் சேகண்டியை மரச் சுத்தியலால் தட்ட ஆரம்பித்தான். இனி என்ன?

எல்லாம்தான் முடிந்துவிட்டதே. பேசாமல் அப்பாவையும், அண்ணனையும் போல் கடையில் போய் உட்கார வேண்டியது தான். அப்பா, மீனா, கூத்தியார்குண்டு மாமா எல்லோரும் இதைத்தானே விரும்புகிறார்கள்? அப்பாவுடனும், அண்ணனுடனும், சேர்ந்து கடையைக் கவனித்துக்கொள்வதில் என்ன தவறு? அது குடும்பத்தொழில். குறிப்பாக மீனா ரொம்ப சந்தோஷப்படுவாள்.

ஆவணி மூலவீதி முனையில் தி.மு.க.வின் சுவரொட்டி ஒட்டியிருந்தது, மதுரை முத்து தலைமையில் திலகர் திடலில் பொதுக் கூட்டம். அமைச்சர் செ. மாதவன் பேசுகிறார். சிவகங்கை சேதுராமனின் கச்சேரியும் இருந்தது. அந்தச் சுவரொட்டியைப் படித்ததும் மீண்டும் அரசியல் ஞாபகம் வந்தது. தி.மு.க.வில் சேர முடியுமா? தி.மு.க. ஆளும் கட்சி. தி.மு.க.வில் சேர்ந்து என்ன செய்வது? தி.மு.க.வை நம்பி ஓட்டளித்த மக்களுக்கு அந்தக் கட்சி என்ன செய்துவிட்டது? காங்கிரஸ் ஆட்சியின் தொடர்ச்சியாகத்தானே தி.மு.க.வும் ஆட்சி செய்கிறது. வர்க்கமில்லாத சமுதாயம் அமைய வில்லையே. ஆனால் ரஷ்யாவிலும், சைனாவிலும் கூட வர்க்க பேதம் ஒழியவில்லை என்கிறாரே சபாபதி. ஒருவேளை அது வெறும் மாயையோ? எந்தச் சமுதாயமாக இருந்தாலும், ஒருத்தனுக்கு மேல ஒருத்தன் என்று, அதிகாரம் செய்கிறவன் இருக்கத்தானே செய்வான்? நாம் இத்தனை நாளும் நம்பி, மார்க்ஸியத்தின் பின்னே அலைந்தது வெறும் கானல் நீரைத் தேடி அலைந்தது போலத் தானா?

நாகப்பட்டினம் ஒரிஜினல் மிட்டாய்க் கடையைத் தாண்டி நடந்தான். வரிசையாக லாட்ஜ்கள் இருந்தன. சங்கீத வினாயகர் கோவிலுக்குப் பின்னாலுள்ள டீக் கடையில், டீயும் வடையும் நன்றாக இருந்தது. அந்தக் கடையில் எப்போதும் கூட்டம்தான். இரண்டு ஆமவடை வாங்கினான். மொறு மொறுவென்று இருந்தது. வடையைச் சாப்பிட்டுவிட்டு டீயும் குடித்தான். காசைக் கொடுத்துவிட்டுத் தெருவில் இறங்கி நடக்க ஆரம்பித்தான். சங்கீத வினாயகர் கோவிலுக்குப் பின்னால் நின்ற அரசமரம் காற்றில் சலசலத்தது. அரச இலைகளுக்கென்று ஒரு சத்தம் இருக்கிறது. அந்தச் சத்தம் மென்மையாகக் காதுக்குள் புகுந்தது. அந்த மரத்துக்கு எத்தனை வயது இருக்கும்? அதற்கு உலகத்தில் எந்த எதிர்பார்ப்புமில்லை. எந்தக் குழப்பமுமில்லை.

இ.மா. கோபாலகிருஷ்ணக் கோன் கடையில் பேப்பர் பண்டல்களை இறக்கிக்கொண்டிருந்தார்கள். ஒரு வயசாளி பிளாட்பாரத்தில் ஒதுங்கி நின்றுகொண்டிருந்தார். கடை ஆள் ஒருத்தர், இறங்குகிற பேப்பர் பண்டல்களை, பிளாட்பாரத்தின்

மீது நின்று சரிபார்த்துக்கொண்டிருந்தார். பண்டல்களை இரண்டு பேர் லாரியிலிருந்து இறக்கிக்கொண்டிருந்தார்கள். அவர்கள் அணிந்திருந்த கருப்புப் பனியன் வியர்வையில் உடம்போடு உடம்பாய் ஒட்டிக் கிடந்தது. அவ்வளவு பண்டல்களையும் இறக்க எவ்வளவு நேரமாகுமோ தெரிய வில்லை.

இம்பீரியல் தியேட்டர் முன்னால் பாயின் ஜிகர்தண்டா கடை இருக்கிறது. வடையும் டீயும் குடித்து வயிற்றை நிரப்பியிரா விட்டால், பாய் கடையில் ஜிகர்தண்டா வாங்கிக் குடிக்கலாம். பாயுடைய கைவிரல்களில் எப்போதும் தோல் உரிந்தே இருக்கும். புது மண்டபத்துக்குள் இறங்கி நடந்தான். வரிசையாக நோட்டுப் புத்தகம் விற்கிற கடைகள். நடு மண்டபம் பூராவும் தையல்காரர்களால் நிரம்பியிருந்தது. நோட்டுப் புத்தகக் கடைகளினூடே சென்றபோது, வெயிலின் வெக்கையே தெரியவில்லை. புது மண்டபமே எப்போதும் குளிர்ச்சியாகத்தான் இருக்கும். நடந்து செல்லும் போது தையல் மிஷின்களின் சத்தம் கேட்டுக்கொண்டே இருந்தது. தையல் மிஷின்கள் ஓடுகிற சத்தம் இல்லாவிட்டால் புதுமண்டபமே களையிழந்து விடும். புதுமண்டபத்தை விட்டு வெளியே வந்து ஏழுகடல் தெருவைப் பார்க்க நடந்தான்.

கடையில் சுப்பிரமணிய பிள்ளை கல்லாவில் அமர்ந்திருந்தார். குற்றாலம் கவுண்டரில் உட்கார்ந்திருந்தான். தெட்சிணா இரண்டு பெண்களிடம் சேலைகளை எடுத்துக் காண்பித்துக்கொண்டிருந்தான். கிட்டு மாமாவும் ரங்கராஜனும் பிரித்துப் போட்டிருந்த துணிகளை மடித்து வைத்துக் கொண்டிருந்தனர். சோமு கடைக்குள் ஏறியதைப் பார்த்ததும் சுப்பிரமணிய பிள்ளைக்கு ஆச்சரியமாக இருந்தது. சோமுவே கவுண்டருக்குள் ஏறி நின்றுகொண்டான். சுப்பிரமணிய பிள்ளை மீனாட்சிசுந்தரேஸ்வரையும், அம்மனையும் மனதுக்குள் நினைத்துக்கொண்டார். கடவுள்தான் சோமுவுக்கு நல்லபுத்தியைக் கொடுத்திருக்கிறார் என்று அவர் நினைத்தார்.

சோமு ஒழுங்காகக் கடைக்குப் போக ஆரம்பித்து ஒரு வாரத்துக்கு மேலாகிவிட்டது. சீதா பவனமே சந்தோஷப்பட்டது. மீனா இந்த விஷயத்தைக் கூத்தியார் குண்டுக்குப் போன் போட்டு அப்பாவிடம் சொன்னாள். மறுநாள் காலை லெட்சுமணபிள்ளை தன் மருமகன் சோமுவிடம் வெகுநேரம் பேசினார். சோமுவே ஒருநாள் துரைப்பாண்டிக்குப் போன் செய்து, தான் இனிமேல் எதிலும் கலந்துகொள்ளப்

போவதில்லை என்பதைத் தெரிவித்தான். துரைப்பாண்டிக்கு அந்தப் பிச்சாண்டியை அப்புறம் பார்க்கவே முடியாத ஆச்சரியத்தைவிட, சோமு இப்படிச் சொன்னதுதான் பெரிய நம்பமுடியாத ஆச்சரியமாக இருந்தது. துரைப்பாண்டிக்கு எதுவும் புரியவில்லை.

மறுநாள் காலை சோமு வழக்கம்போல் அப்பாவுடனும், அண்ணனுடனும் கடைக்குப் புறப்பட்டுக்கொண்டிருந்த போது துரைப்பாண்டியிடமிருந்து போன் வந்தது. அப்பாவையும், அண்ணனையும் புறப்படுமாறு சொல்லி விட்டு, 'இந்த போனைப் பேசிவிட்டுக் கடைக்கு வந்து விடுகிறேன்' என்றான் சோமு.

"என்ன சோமு, இந்த மாதிரிப் பண்ணிட்டே?" என்று கேட்டான் துரைப்பாண்டி.

"இதெல்லாம் வேண்டாம்ன்னு சபாபதி சொன்னார். ஒங்கிட்டேயும் சொல்லச் சொன்னார்" என்றான் சோமு.

"சபாபதியா சொன்னாரு?"

"ஆமா! சாரு மஜும்தார் சொல்றதிலே எனக்கு நம்பிக்கை விட்டுப் போச்சு. மார்க்ஸிஸத்து மேலேயே எனக்கு நம்பிக்கை இல்லை. அதெல்லாம் நடக்காத காரியம்."

"சபாபதியோட மிடில் கிளாஸ் வர்க்கக் கண்ணோட்டம் சரியில்லே. அவர் ஒன்னை ப்ரெய்ன் வாஷ் பண்ணியிருக்காரு சோமு."

"அவரும் இப்படித்தான் என்னைச் சொன்னாரு. நாம் எல்லோரும் மூளைச் சலவை செய்யப்பட்டிருக்கோம்னு சொல்றாரு."

"இதெல்லாம் நம்மளோட வர்க்க குணம். ஆனால், அதையெல்லாம் மீறி நிலப் பிரபுத்துவத்தையும், முதலாளித்துவத் தையும் தூக்கி எறியணும். இது காலத்தோட கட்டாயம். நாம இதைச் செய்யலைன்னாலும் வேற யாராவது வந்து செய்யத் தான் போறாங்க. மார்க்ஸையும், லெனினையும் படிச்ச நீ இப்பிடிப் பின் வாங்கக் கூடாது." என்றான் துரைப்பாண்டி.

ரஷ்யாவிலேயும், சீனாவிலேயும் என்ன நடக்கிறது என்று சபாபதி சொன்னதை எல்லாம் அவனிடம் சொன்னான். "அதையெல்லாம் நீ நம்புறீயா சோமு? இதெல்லாம் முதலாளித்துவத்தின் பிரச்சாரம். அவர் முதலாளித்துவத்தைத்

தூக்கிப் பிடிக்கிறாரு. நாம புரட்சிகரவாதிங்க. இதை எல்லாம் நாம எதிர்த்துதான் நிக்கணும் சோமு”

“நீ என்ன வேணும்னாலும் சொல்லு, எனக்கு இதெல்லாம் ஒத்து வராது. நான் வரலை” என்று ஒரேயடியாகச் சொல்லி விட்டான் சோமு. அதற்குப் பிறகு துரைப்பாண்டியிடமிருந்து போனே வரவில்லை. அன்று சோமு துரைப்பாண்டியிடம் போனில் பேசியதைக் கேட்டுக்கொண்டிருந்த மீனா, அவன் பேசிமுடித்ததும், “யார்கிட்டப் பேசினீங்க?” என்று கேட்டாள். புருஷனின் மனதை எங்கே கலைத்துவிடுவார்களோ என்று அவளுக்குப் பயம்.

“ஒனக்கு எதுக்கு அதெல்லாம்? தெரிஞ்ச பையந்தான்.”

“கண்ட கண்ட ஆட்களுக்கும் எதுக்கு நம்பரைக் குடுக்கீங்க?”

“அவன் ஒண்ணும் கண்ட ஆளு இல்ல, அதான் தெரிஞ்சவன்னு சொல்லுதேன்லா, ஒனக்கு எதுக்கு இதெல்லாம்? சரி நான் கடைக்குப் பொறப்படுதேன். அம்மா, போயிட்டு வாரேம்மா” என்று ஓங்கிக் குரல் கொடுத்துச் சொல்லி விட்டுப் புறப்பட்டான். கடைக்குப் புறப்பட்ட சோமுவைப் பார்த்து நடைவாசலில் உட்கார்ந்திருந்த சரோஜா சிரித்தாள். செல்லமாக அவள் தலையில் தட்டிவிட்டுப் போனான் சோமு. மீனா அவன் போவதையே பார்த்துக்கொண்டு நின்றிருந்தாள். ஏதோ ஒரு இனம்புரியாத பயம் அவளுக்குள் இருந்து கொண்டே இருந்தது.

23

இது நடந்து ஒரு பத்து நாளிருக்கும். ஒரு நாள் அதிகாலை நாலரை மணிக்கு சீதா பவனத்திற்கு எதிரே போலீஸ் ஜீப் ஒன்று வந்து நின்றது. ராஜி வழக்கம் போல் அத்தையுடன் எழுந்து, புறவாசலில் பாத்திரங்களைக் கழுவிக்கொண்டிருந்தாள். சீதா காபி போடுவதற்காக அடுப்பைப் பற்ற வைத்துக் கொண்டிருந்தாள். முன்வாசல் பெரிய கதவு திறந்தே இருந்தது. அழிக் கதவு மட்டும் சாத்தியிருந்தது. வீட்டில் சீதாவையும், ராஜியையும் தவிர வேறு யாரும் எழுந்திருக்கவில்லை. ஒரு போலீஸ்காரர் அழிக் கதவைப் பலமாகத் தட்டினார். அவர் மஃப்டியில் இருந்தார். யாரோ கதவைத் தட்டுகிற சத்தம் கேட்டு அடுக்களையிலிருந்து சீதா எட்டிப் பார்த்தாள். "சோமு இருக்கானா?" என்று அவர் சத்தமாகக் கேட்டார். வேகமாக வாசல் பக்கம் வந்தாள் சீதா. கதவைத் திறக்காமலேயே "யாரு நீங்க?" என்று கேட்டாள். "இது சோமு வீடுதான?"

"ஆமா. என்ன வேணும்?"

"அவனை விசாரிக்கணும். அவனை வரச் சொல்லுங்க"

வந்தவர் உயரமாக வாட்ட சாட்டமாக இருந்தார். "என்ன விசாரிக்கணும்?" என்று கேட்டாள்.

"ஏம்மா! வீட்டுல அவன் இருக்கான்ல? அவனை வரச் சொல்லும்மா". சீதாவுக்கு உடல் நடுங்கிற்று. மச்சுப்படியேறி, அங்கே படுத்திருந்த புருஷனை எழுப்பினாள் சீதா. "யாரோ ஒசரமா ஒரு ஆளு வந்து சோமுவைக் கேக்காரு. எந்திரியுங்க" என்று பதறினாள். "யார் அது?" என்று சொல்லிக்கொண்டே எழுந்தார் சுப்பிரமணிய பிள்ளை. அதற்குள், ஏதோ சத்தம் கேட்கிறதே என்று ராஜியும் வாசல் பக்கம் வந்துவிட்டாள்.

படியிறங்கி வந்த சுப்பிரமணிய பிள்ளை வாசலுக்கு வந்தார். தூக்கச் சடவு இன்னும் போகவில்லை. "நீங்க யாரு? என்ன வேணும்?" என்று அவரிடம் கேட்டார் சுப்பிரமணிய பிள்ளை.

"யாருய்யா இது? ஆள் ஆளுக்கு வந்து கேட்டுக்கிட்டு இருக்கீங்க? சோமுவை அனுப்பி வையி". தன்னை மரியாதை இல்லாமல் ஒருமையில் அழைத்ததும் சுப்பிரமணிய பிள்ளைக்குக் கோபம் வந்துவிட்டது. "என்ன மரியாதை இல்லாமே பேசுதே. யாருய்யா நீ?" என்று அவரும் ஒருமையில் பேசினார்.

"சோமு யாரு... ஒன் மகனா?"

"ஆமா?"

"அவனை விசாரிக்கணும், இன்ஸ்பெக்டர் அய்யா கூட்டிட்டு வரச் சொன்னாரு"

"விசாரணைக்கு நேரங்காலம் இல்லியா? எந்தப் போலீஸ் ஸ்டேஷன்?"

"அதெல்லாம் ஒனக்கு எதுக்குய்யா? ஆள அனுப்பு" என்றார் அந்தப் போலீஸ்காரர். அதற்குள் இன்னொரு போலீஸ்காரர் வந்தார். அவர் கோபமாகப் பேசிக்கொண்டிருந்த சுப்பிரமணிய பிள்ளையிடம், "ஒரு விசாரணைக்குக் கூட்டிட்டுப் போயிட்டு வந்து விட்டுருவோம்" என்றார் அவர்.

"எந்தப் போலீஸ் ஸ்டேஷன்னு கேட்டா சொல்ல மாட்டேங்கிறீங்க?"

"திலகர் திடல் போலீஸ் ஸ்டேஷன்."

"சரி! நானே அப்புறமா அவனை அங்க அனுப்பி வைக்கிறேன்"

"அதெல்லாம் முடியாது. இப்பமே வேணும்"

அவர்களிடம் பேசிப் பிரயோஜனமில்லை என்று அவருக்குப் பட்டது. அதற்குள் சீதாவே சோமுவை எழுப்பி விட்டாள். சோமுவும் மீனாவும், தூக்கக் கலக்கத்துடன் வந்தனர்.

"விசாரணைன்னா, என்ன விசாரணை, என்ன எதுக்கு? ஒண்ணும் சொல்லாமே கூப்புட்டா என்ன நியாயம்?" என்று கேட்டார் சுப்பிரமணிய பிள்ளை.

"அதெல்லாம் ஒனக்கு எதுக்கு? அனாவசியமாப் பேசாதே. இவன்தான் சோமுவா?" என்று அங்கே வந்து நின்ற சோமுவைப்

பார்த்துக் கேட்டார் அந்தப் போலீஸ்காரர். சோமுவே "ஆமா, நான்தான் சோமு." என்றான். அவனுக்கு ஒன்றும் புரியவில்லை. "வா ஸ்டேஷனுக்கு. உன்னை விசாரிக்கணும்"

"விசாரணையா?" என்றான்.

"அதைத்தான்டா நானும் கேட்டுக்கிட்டு இருக்கேன். மரியாதையே இல்லாமே பேசுதாங்கடா" என்றார் சுப்பிரமணிய பிள்ளை.

சோமுவைக் கையைப் பிடித்து இழுத்தார். குடியிருக் கிறவர்கள், சத்தம் கேட்டு வாசலுக்கு வந்து பார்த்தார்கள். சோமு சொன்னதெல்லாம் எடுபடவில்லை. அவனைக் கையைப் பிடித்து இழுத்துச் சென்றார்கள். வெறும் வேட்டி யுடன் இருந்தான். "சட்டை போட்டுட்டு வாரேன்" என்றான். "அதெல்லாம் ஒண்ணும் வேண்டாம். இப்படியே வா" என்று அவனைப் பிடித்து முன்னே தள்ளினார்.

"ஏன் இப்படி இழுக்கிறீங்க. அவனுக்கு ஏதாவது ஒண்ணு ஆச்சுன்னா உங்களை சும்மா விடமாட்டேன்" என்று சொல்லிக்கொண்டே அவர்களின் பின்னால் போனார் சுப்பிரமணிய பிள்ளை. சீதாவும், மீனாவும் அழுதார்கள். ராஜி, அத்தையின் தோளைப் பிடித்துக்கொண்டு நின்றாள். சீதா பவனமே மிரண்டுபோய் நின்றது.

ஜீப் அவனை ஏற்றிக்கொண்டு ஊரைவிட்டு எங்கோ வெளியே சென்றது. ஒரு அரைமணி நேரத்துக்குப் பிறகு ஒரு கட்டிடத்தின் முன்னால் போய் நின்றது. பொழுது மங்கலாக விடிந்துகொண்டிருந்தது. ஒரு பெரிய அறைக்குள் அவனை அழைத்துச் சென்றார்கள். எந்த ஊர், எந்த இடம் என்று நிதானிக்க முயன்றான். "போயி அவனுகளோட உக்காரு." என்று கையை நீட்டிச் சொன்னார். அவர் கைநீட்டிய இடத்தில் நாலைந்து பேர் இருப்பது, மங்கலாகத் தெரிந்தது. "வா சோமு" என்ற துரைப்பாண்டியின் குரல் கேட்டது. ஒரு வித ஆச்சரியத்துடன் அவர்கள் இருந்த பக்கம் போனான். ஸ்டடி சர்க்கிளுக்கு வருகிறவர்களெல்லாம் இருந்தனர். எல்லோருமே வெறும் ஜட்டி, அண்டர்வேருடன் இருந்தார்கள். "நீயும் உன் வேட்டிய அவுருடா" என்றார் போலீஸ்காரர், சோமு அவமானத்தினால் கூனிக் குறுகினான். வேட்டியை அவிழ்க்காமல் தயங்கினான். அவரே அவன் இடுப்பிலிருந்த வேட்டியை உருவினார். சோமுவுக்கு அழுகை வந்துவிட்டது. முகத்தைக் கைகளால் மூடிக்கொண்டான். துரைப்பாண்டியும் இன்னும் இரண்டு பேரும் "சாரு மஜூம்தார் வாழ்க! மாவோ

வாழ்க” என்று கத்தினார்கள். போலீஸ்காரர் அவர்களைக் காலால் உதைத்தார். “சத்தம் போட்டீங்க கொன்னுருவேன்” என்றார். திரும்பவும் கோஷம் போட்டார்கள். மூலையில் சாத்தி வைத்திருந்த கம்பை எடுத்து அடித்தார். சோமுவின் கழுத்திலும் அடிவிழுந்தது. வலித்தது.

சாரு மஜூம்தார் கட்சிக்கு எதிராக நாடு முழுவதும் கைது நடவடிக்கைகள் நடந்தன. அப்புவும் அவரது நண்பர்களும் கோயமுத்தூர், தர்மபுரி பகுதிகளில் கைது செய்யப்பட்டனர். கேரளாவில் அஜிதா, அவளது தந்தை குன்னிக்கல் நாராயணன், அம்மா மந்தாகினி எல்லாம் கைதாகினர். நாள் கணக்காக போலீஸ் கஸ்டடியில் இருந்தனர்.

சோமுவை போலீஸ் அழைத்துக்கொண்டு போன அன்று சுப்பிரமணிய பிள்ளையும், பெரியவன் குற்றாலமும் திலகர் திடல் போலீஸ் ஸ்டேஷனுக்கு உடனே சென்றார்கள். அங்கே சோமு இல்லை. டூட்டியில் இருந்த எஸ்.ஐ., வழக்குக்கும் தங்களுக்கும் சம்மந்தம் இல்லை என்றார். எஸ்.பி.யைப் போய்ப் பாருங்க என்றார். வக்கீல் சங்கரசுப்புவை அழைத்துக்கொண்டு தல்லாகுளம் போனார்கள். பத்து மணிக்கு மேல்தான் அதிகாரியைப் பார்க்க முடியும் என்றார்கள். “அப்பா, நீங்க கடைக்குப் போங்க. நானும் வக்கீலும் பாத்துக்கிடுதோம்” என்று குற்றாலம், சுப்பிரமணிய பிள்ளையை அனுப்பிவைத்தான்.

உயர் அதிகாரி “கோர்ட்டுக்குக் கூட்டிட்டு வருவாங்க. அங்க போயி பாருங்க” என்றார். பனிரெண்டு மணிக்கு மேல் சோமுவையும் மற்றப் பையன்களையும் கோர்ட்டுக்கு அழைத்து வந்தார்கள். அவர்களுடைய பெற்றோரும், உறவினர்களும் கூட வந்திருந்தனர். எல்லோருக்கும் இடுப்பில் மட்டுமே துணி இருந்தது. மேலே எதுவும் இல்லை. ஒரு வாரம் போலீஸ் கஸ்டடியில் வைத்து விசாரிக்க மாஜிஸ்டிரேட் அனுமதித்தார். குற்றாலம் ரொம்பச் சாது. கண்ணீர் விட்டு அழுதான். வக்கீல்தான் அவனைத் தேற்றினார். எப்படியோ ஒரு சட்டையை மட்டும் சோமுவிடம் கொடுக்க முடிந்தது. வாங்கி வைத்திருந்த இட்லியைத் தரமுடியவில்லை. வேனில் ஏற்றும்போது அந்தப் பையன்கள் கோஷம் போட்டார்கள். சோமு பேசாமலிருந்தான். அவர்களைக் கோர்ட்டுக்கு அழைத்து வந்த போலீஸ்காரர்கள், அவர்களை எங்கே கொண்டுபோய் விசாரிப்பார்கள் என்பதைச் சொல்ல மறுத்துவிட்டனர்.

கொலை செய்யத் திட்டமிட்டதாகவும், இந்திய ராணுவத்திற்கு எதிராகச் சதி செய்ததாகவும் குற்றம் சாட்டப் பட்டது. சோமு விசாரணை அதிகாரியிடம், தான் விபரம்

தெரியாமல் அந்தக் கூட்டங்களில் கலந்துகொண்டதாகவும், தனக்கு அவர்களுடைய கொள்கைகளில் இப்போது நம்பிக்கை இல்லை என்றும் சொன்னான். துரைப்பாண்டியைத் தவிர, மற்றப் பையன்கள் போலீஸுக்குப் பயந்து பின்வாங்கி விட்டனர். துரைப்பாண்டி மட்டும் “சாரு மஜூம்தார் தான் என் தலைவன்” என்று சொன்னான். ஒரு வாரத்திற்குப் பிறகு சோமு உள்பட எல்லோரிடமும் ‘இனிமேல் அரசாங்கத்திற்கு எதிராகக் கூட்டம் போட மாட்டோம். புரட்சியைப் பற்றிப் பேச மாட்டோம்’, என்று எழுதி வாங்கிக்கொண்டு வெளியே விட்டனர். துரைப்பாண்டி எழுதித் தரமுடியாது என்று சொல்லிவிட்டான். அவன் மீது அரசு வழக்குத் தொடுத்தது.

சோமு வீட்டுக்கு வந்த பிறகு சபாபதி ஒரு நாள் அவனை வந்து பார்த்தார், “ஏதோ இந்த மட்டோட விட்டாங்களே” என்றார். சோமு வழக்கம் போல் கடைக்குச் செல்ல ஆரம்பித்தான். அதன் பிறகு சீதா பவனத்தில் எவ்வளவோ நடந்துவிட்டன.

இப்போது 2018. சோமுவுக்கு 77 வயதாகிவிட்டது. செண்பகக் குற்றாலத்துக்கும் 80 வயதாகிவிட்டது. சுப்பிரமணிய பிள்ளையும், சீதாவும் இறந்து விட்டார்கள். கூத்தியார் குண்டுப் பிள்ளையும் காலமாகி விட்டார். அண்ணன், தம்பி இரண்டு பேரும் ஒரே குடும்பமாகத்தான் சீதா பவனத்தில் இன்னமும் இருக்கிறார்கள். கடையை விரிவுபடுத்தி விட்டார்கள். செண்பகக் குற்றாலத்துக்கு ஒரு பெண்ணும், ஆணும். மூத்த பெண்ணை திருச்செந்தூர் பக்கம் ஆறுமுகநேரியில் கட்டிக் கொடுத்திருக்கிறது. அடுத்தவனுக்கு குற்றாலம், அப்பாவுடைய பேரைத்தான்விட்டிருந்தான். அவனும் சோமுவுடைய மகன் சீதாராமனும் சேர்ந்துதான் வியாபாரத்தைக் கவனித்துக்கொள்கிறார்கள். அவர்களுக்குத் திருமணமாகிக் குழந்தைகளும் பிறந்துவிட்டன.

கோபால் பிள்ளை, சபாபதி எல்லாம் இறந்துவிட்டார்கள். பாலகிருஷ்ணன் ஓய்வு பெற்ற பிறகு ஸ்ரீவில்லிபுத்தூரில் போய்க் குடியேறினார். பிறகு அவரைப் பற்றிய தகவலே தெரியவில்லை. துரைப்பாண்டிக்கு நாலு வருடம் தண்டனை கிடைத்தது. தண்டனை முடிந்த பிறகு வெளியே வந்த அவன், திருமணமே செய்து கொள்ளவில்லை. எப்போதாவது சோமுவைச் சந்திக்க வருவான். அப்புவை போலீஸார் என்கவுண்டரில் கொன்று விட்டார்கள் என்று பேச்சு அடிபட்டது.

இந்த 2018லும் எத்தனையோ கட்சிகள், கருத்துகள் உருவாகி அவை மனிதர்களைப் பீடித்துள்ளன. அரசியல் கருத்து, ஆன்மிகக் கருத்து, பொருளாதாரக் கருத்து, கல்வி பற்றிய கருத்து என்று ஆயிரக்கணக்கான கருத்துக்களும், நிறுவனங்களும் பல்கிப் பெருகியுள்ளன. தங்களுக்குப் பிடித்தமான கருத்துக்களே சதமென்று நம்பி, மனிதர்கள் மோதிக்கொள்கிறார்கள். இப்படித்தான் உலகம் தன் போக்கில் இயங்கிக்கொண்டிருக்கிறது.